മണ്ണാങ്കട്ടയും കരിയിലയും

ജ്ഞാനത്തിന്റെ അഥവാ വിദ്യയുടെ ഏറ്റവും പുരാതനമായ നഗരങ്ങളിൽ ഒന്നാണ് വാരാണസി. ഈ നഗരത്തിൽ പ്രവേശിക്കുന്നതോടു കൂടിത്തന്നെ മോക്ഷപ്രാപ്തി കൈവരുമെന്ന് ജനം വിശ്വസിച്ചിരുന്ന ഒരു കാലഘട്ടമുണ്ടായിരുന്നു. ആത്മസാക്ഷാത്ക്കാരത്തിനായി പ്രബുദ്ധരായ ജ്ഞാനികൾ തമ്പടിച്ചിരുന്ന സ്ഥലമായിരുന്നു അത്, വാരാണസി, ബനാറസ്,

അഥവാ

കാശി.....

ദുർഗ മനോജ്

തിരുവനന്തപുരം ജില്ലയിലെ ആറ്റിങ്ങൽ സ്വദേശിനി. പുസ്തക പ്രസാധനരംഗത്തു പ്രവർത്തിച്ചുവരുന്നു. കണ്ണൂർ മാങ്കിയിൽ കുടുംബാംഗം മനോജ് എം.പി.യാണ് ഭർത്താവ്. മക്കൾ: ശിവാനി എം., ഹരി നാരായണൻ എം.

വിലാസം:
ജാനകിവില്ല, പാലസ് റോഡ്, ആറ്റിങ്ങൽ, 695101.
durga_atl@yahoo.com

ദുർഗ മനോജ്

മണ്ണാങ്കട്ടയും കരിയിലയും

(ഒരു സ്ത്രീ ഒറ്റയ്ക്ക് കാശിക്ക് പോയ കഥ)

മാക്സ് ബുക്സ്
കോട്ടയം
2024

വില: **199** രൂപ

Manamkattayum Kariyilayum
By Durga Manoj
Malayalam Travelogue

Published by:-
MAX BOOKS
Maxlive Media Solutions Pvt Ltd.
Muppathiyil Building, Muttambalom Post,
Kanjikuzhy, Kottayam 686 004
maxlivemediasolutions@gmail.com
maxbookskerala@gmail.com
Ph: 90740 98776

Photo by
Shiv Prasad on Unsplash

Printed in India
at Max, Kottayam

Edition:
First Editon January 2024
Copies: 1000
Price: Rs. 199

ISBN: 978-93-91085-50-6

പ്രസാധകക്കുറിപ്പ്

ആദിയും അന്തവുമില്ലാത്ത യാത്രയാണ് കാശിയിലേക്കെന്ന് പഴമക്കാർ പറയുമായിരുന്നു. കാശി എന്നത് വിശ്വാസത്തേക്കാൾ ഇന്നതൊരു വിശ്വസ്തതയുടെ നഗരമായിരിക്കുന്നു. എന്തു തിരഞ്ഞാണോ കാശിയിൽ വരുന്നത് അതൊക്കെയും സ്വന്തമാക്കാൻ കഴിയുന്നൊരു നഗരം. എന്നാൽ, എന്തെങ്കിലും ഇവിടെ നിന്നും കൊണ്ടുപോകാൻ ആർക്കും കഴിയില്ലെന്നത് മറ്റൊരു വസ്തുത. ജ്ഞാനനഗരമാണിത്. സാക്ഷാൽ പരമശിവന്റെ സകല ഊർജ്ജവും താണ്ഡവരൂപത്തിൽ ഏറ്റുവാങ്ങിയ മണ്ണ്. ഇവിടം മനുഷ്യന്റെ പ്രഹേളികതയുടെയും എല്ലാ തത്ത്വജ്ഞാനത്തിന്റെയും ഒടുക്കമാണ്. ദേഹവും ദേഹിയും ഇല്ലാതാകുന്നതിന് മുന്നേ ഞാനാര് എന്ന ചോദ്യത്തിനുള്ള ഉത്തരം. അത് നൽകാൻ ഇവിടെ വാരാണസിക്ക് മാത്രമേ കഴിയൂ. അവിടേക്ക് ഒരു സ്ത്രീ നടത്തിയ യാത്രയുടെ വിവരങ്ങളാണ് തുടർന്നുള്ള ഉജ്വലമായ വരികൾ. കാശി അന്യമല്ല, സ്വന്തമാണെന്ന് ഓർമ്മപ്പെടുത്തുന്ന അതുല്യമായ രചന.

അജീഷ് ചന്ദ്രൻ
മാക്സ് ബുക്സ്

ദുർഗ മനോജിന്റെ
പ്രസിദ്ധീകരിച്ച പുസ്തകങ്ങൾ

1. കുഞ്ഞനിലയും ആൽമരവും (ബാലസാഹിത്യം)
2. ഉത്തരധ്രുവത്തിൽ നിന്നൊരു കുഞ്ഞുമേഘം (ബാലസാഹിത്യം)
3. സ്വപ്നക്കൂട് (ബാലസാഹിത്യം)
4. മിന്നാമിന്നി (ബാലസാഹിത്യം)
5. വാല്മീകി രാമായണം (ഗദ്യ സംക്ഷിപ്തം)
6. വിജയം നിങ്ങളുടേതാണ് (പ്രചോദനാത്മക പുസ്തകം)
7. ജയിക്കണം എനിക്ക് (പ്രചോദനാത്മക പുസ്തകം)
8. ആകാശത്തിനും ഉയരെ (പ്രചോദനാത്മക പുസ്തകം)
9. മറികടക്കാം, മൊബൈൽ ഫോൺ ആസക്തി (പ്രചോദനാത്മക പുസ്തകം)

മോക്ഷകവാടമാണ് കാശി...

മോക്ഷത്തിലേക്കുള്ള വാതിൽ സ്ഥിതി ചെയ്യുന്നിടം... ഇവിടെയെത്തി മരിച്ചാൽ ആത്മാവിന് സ്വർഗ്ഗം പ്രാപിക്കുവാൻ സാധിക്കുമെന്നാണ് വിശ്വാസം. മാത്രമല്ല, മറ്റു വിശുദ്ധ നഗരങ്ങളായ അയോധ്യയിൽ നിന്നും ഉജ്ജയിനിൽ നിന്നും ഹരിദ്വാറിൽ നിന്നുമെല്ലാം ആത്മാക്കൾ എത്തിച്ചേരുന്നതും ഇവിടെയാണത്രേ... ഇവിടെ നിന്നാണ് അന്തിമമോക്ഷത്തിലേക്കുള്ള ആത്മാക്കളുടെ യാത്ര ആരംഭിക്കുന്നതെന്നാണ് വിശ്വസിക്കപ്പെടുന്നത്.

Photo by Vishal Mak on Unsplash

കാശി,
അനാഥവാർദ്ധക്യങ്ങളുടെയും നഗരമാണ്.
സ്വയം വന്നു ചേരുന്നവരും, നട തള്ളപ്പെട്ടവരും
വിശ്വനാഥന്റെ മുന്നിലെത്തി അർത്ഥമില്ലാതെ പോയ
സ്വജീവിതത്തെ പഴിച്ചു മരണം കാത്തുകിടക്കുന്നു.
ഇവിടെയെത്തിക്കഴിഞ്ഞാൽ മനുഷ്യർക്കു മരണം
വളരെ സ്വാഭാവികമായ ഒരു പ്രക്രിയ മാത്രമാണ്.

ഗംഗയൊഴുകുന്ന പോലെ
തീർത്തും സ്വാഭാവികം

പണ്ട് അമ്മമ്മയാണത് ആദ്യം പറഞ്ഞുതന്നത്, 'ഗംഗാജലം!' മരണം തൊട്ടടുത്തെത്തുമ്പോൾ തുളസിയിലകൊണ്ടു നാവിൽ ഇറ്റിക്കുന്ന അവസാനതുള്ളി ജലമാണത്. തെല്ലൊരു ഭയം തോന്നി. മരണമെന്നാലെന്തെന്ന് അറിയാത്ത പ്രായത്തിലും ഉള്ളിൽ അങ്കുരിച്ചു ഭയം എന്ന വികാരമെന്നത് അതിശയമാണിന്ന്. പിന്നീടെപ്പോഴോ ഒരു ചെറിയ ചെമ്പു പാത്രത്തിൽ അടച്ചുഭദ്രമാക്കിക്കിട്ടിയ ഗംഗാജലം അമ്മ സൂക്ഷിച്ച് എടുത്തുവെച്ചിരുന്നതും, അതു കാലക്രമത്തിൽ എവിടെയോ അപ്രത്യക്ഷമായതും ഇന്ന് ഓർത്തെടുക്കാനാകുന്നുണ്ട്.

വീണ്ടും വർഷങ്ങൾ കഴിഞ്ഞാണ്, ഞാൻ ഗംഗയെന്ന വാക്കിനു പിന്നാലെ സ്വയമറിയാതെ സഞ്ചരിക്കാൻ തുടങ്ങിയത്.

എത്രയെത്ര ഭാവമാണീ നദിക്ക്!

ഗംഗോത്രിയിൽ പിറന്നുവീണ്, തന്നിഷ്ടക്കാരിയായ കൊച്ചു പെൺകുട്ടിയായി ഹിമവത്ശൃംഗങ്ങളിലൂടെ അവൾ പ്രവഹിക്കുന്നു, ആർത്തലച്ച്, തട്ടിത്തെറുപ്പിച്ച് ഒരു കുസൃതിക്കുട്ടിയായി... അവൾ ഒഴുകിച്ചേരുന്നത് അങ്ങ് സാഗരത്തിൽ, അപ്പോഴേക്കും എത്രയെത്ര പേരുകൾ! ഗംഗ, പത്മയായിക്കഴിഞ്ഞിരിക്കുന്നു! വിശാലമായി ഒഴുകിപ്പരന്ന്...

എന്നാൽ ഇതൊന്നുമല്ല കാശിയിലെ ഗംഗ.

ഇവിടെ, പാതിവെന്ത മൃതദേഹങ്ങളെ സ്വന്തം ദേഹത്തിലേക്കു സ്വീകരിച്ച്, ആ ദേഹികൾക്കു മോക്ഷം നൽകുന്നവളാണ്, ശരിയാണ്, ഇന്ന് പാതിവെന്ത മൃതദേഹങ്ങൾ ഗംഗയിലേക്കു പരസ്യമായി തള്ളുന്നില്ല, എന്നാൽ അവളുടെ കരയിൽ, മണികർണികയിലും, ഹരിശ്ചന്ദ്ര ഘാട്ടിലും രാപകൽ ഇടവേളയില്ലാതെ ചിതകളെരിയുന്നു. മനുഷ്യരുടെ പാപം പേറി ഗംഗയൊഴുകുന്നു. എരിയുന്ന ചിതകളുടെ പ്രതിബിംബം തിളങ്ങുന്ന, ഗംഗയെ കണ്ടിരിക്കണം, ആകാശത്തിൽ പൂർണചന്ദ്രനതിനു സാക്ഷിയാകുമ്പോൾ ജീവിതം, മരണം എന്നീ രണ്ടു വാക്കുകളുടെ പൊരുൾ വ്യക്തമാകും. മെല്ലെ പടവുകൾ ഇറങ്ങാം, ആ തണുത്ത ജലത്തിൽ പാദമൂന്നി മൗനമായി നിൽക്കാം, അകലെ നിന്നൊഴുകി വരുന്ന ഒരു കുഞ്ഞുപൂവിതൾ മെല്ലെ പാദങ്ങളെ ചുറ്റിയൊഴുകി ഗംഗയിൽ ആണ്ടുമറയുംവരെ.

ഇതു ഗംഗ, കാശിയിലെ പാപങ്ങൾ ഏറ്റുവാങ്ങി സ്വയം വിമലയായി ഒഴുകുന്ന ഗംഗ.

ആ ഗംഗയിലേക്കൊരു യാത്ര...

വിശ്വനാഥൻ അഥവാ വിശ്വേശ്വരനായി ശിവൻ വാഴുന്ന ഇടമാണ് കാശി വിശ്വനാഥ ക്ഷേത്രം. കാശിയുടെ ഗുരുവും നാഥനും രാജാവും ഇവിടെ ശിവനാണ്. അതിപുരാതന കാലം മുതൽക്കേ നിലനിൽക്കുന്ന ഈ ക്ഷേത്രത്തെ
ഹൈന്ദവ വിശ്വാസങ്ങളിലും ശിവപുരാണങ്ങളിലും കാണാൻ സാധിക്കും. പരമശിവന്റെ ജടയിൽ നിന്നും താഴെയിറങ്ങി വന്നതുപോലെയാണത്രേ ആകാശക്കാഴ്ചയിൽ
കാശിയുടെ കിടപ്പ്.

Photo by Parvi Bansal on Unsplash

കാശിക്കു പോയ മണ്ണാങ്കട്ടയും കരിയിലയും

ഒരു മുത്തശ്ശിക്കഥയാണിത്. പണ്ടുപണ്ട്, ഒരു മണ്ണാങ്കട്ടയും കരിയിലയും കാശിക്കു പോകാൻ തീർച്ചയാക്കി. നനച്ച ഭസ്മം കൊണ്ടു കുറിവരച്ച് അവർ രണ്ടുപേരും യാത്ര പുറപ്പെട്ടു. ഒരു വടികുത്തി മണ്ണാങ്കട്ട മുന്നിൽനടന്നു. പിന്നാലെ നമഃശിവായ ജപിച്ച് കരിയിലയും. രണ്ടുപേർക്കും വേണ്ടതു മോക്ഷം. അതിനായി ഗംഗാസ്നാനം നടത്തണം. പിന്നെ, ഒരു കൈക്കുടന്ന ഗംഗാജലംകൊണ്ടു കാശി വിശ്വനാഥനെ അഭിഷേകം ചെയ്യണം. ഒടുവിൽ കാലം നിർണയിക്കുന്ന വേളയിൽ മണികർണികയിൽ അഗ്നിക്കു ദേഹം നൽകി, ദേഹി മഹേശ്വരനിൽ ലയിപ്പിക്കണം. അവർ യാത്ര തുടങ്ങി, അല്പം കഴിഞ്ഞ് ഒരു മഴ വന്നു. കരിയില അപ്പോൾ മണ്ണാങ്കട്ടയ്ക്കു കുടയായി. പിന്നീടൊരു തണുത്തകാറ്റു വന്നു. അപ്പോൾ മണ്ണാങ്കട്ട കരിയിലയുടെ മേലിരുന്ന് ആ കാറ്റിനെ പ്രതിരോധിച്ചു. യാത്ര മുന്നേറവേ ഒരു മഴയും കാറ്റും ഒന്നിച്ചുവന്നു. കാറ്റിൽ കരിയില പാറിപ്പോയി. മണ്ണാങ്കട്ടയാകട്ടെ ആ കനത്ത മഴയിൽ അലിഞ്ഞും പോയി. അവരുടെ ജീവിതത്തിൽ മോക്ഷം എന്ന പദം അകന്നുനിന്നു.

ഇതു പഴങ്കഥ.

എന്നാലിപ്പോൾ കാലം എത്രയോ പിന്നിട്ടിരിക്കുന്നു. ഇപ്പോൾ കരിയില പഴയതുപോലെ ദുർബലയല്ല. മുന്നിൽ വരുന്ന ഏതൊരു പ്രതിബന്ധത്തേയും നേരിടാൻ ശക്തി നേടിയവളാണിന്ന്. അവൾ ഇന്നു സ്വന്തം സ്വപ്നങ്ങൾ സാക്ഷാത്ക്കരിക്കാൻ ഇറങ്ങിപ്പുറപ്പെട്ട പുത്തൻ കാലഘട്ടത്തിന്റെ പ്രതിനിധിയാണ്. രാത്രി വൈകി, മാമരത്തിന്റെ വലിയ വേരിനിടയിൽ ഗതകാല പ്രൗഢി താലോലിച്ചു കിടക്കവേയാണ് കരിയില അതു ചിന്തിച്ചത്, പൂർവ്വജന്മസ്മൃതികളിലേറി ഒരു കാശിയാത്രയ്ക്ക് ഇനി സാധ്യതയുണ്ടോ?

കാശി! അവിടേക്കുള്ള യാത്ര, അതേതു കാലഘട്ടത്തിലും ജ്ഞാനവും മോക്ഷവും തേടിയാണല്ലോ. യാത്ര തനിച്ചു മതി.

മണ്ണാങ്കട്ടയും കരിയിലയും

ഒന്നു തൊഴണം വിശ്വനാഥനെ, വിശ്വത്തിന്റെ നാഥനെ. കേട്ടറിവുകൾക്കപ്പുറം, വ്‌ളോഗറിവുകൾക്കപ്പുറം ഒന്നു കാണണം ഗംഗയെ. തൊട്ടറിയണം ഭാരതസംസ്കൃതിയെ. അതു മാത്രമേ മനസ്സിലുള്ളൂ. അകക്കണ്ണു തുറക്കാൻ കെല്പുനേടണം, വിശ്വനാഥനോടു ജ്ഞാനം അർത്ഥിക്കണം, കാലഭൈരവനോട്, ഭയം, മൃത്യുഭയം ഉൾപ്പെടെ തീർത്തു തരാൻ പ്രാർത്ഥിക്കണം. നമഃശിവായയിൽ ഉള്ളുറപ്പിക്കണം...

ജനനത്തിലും മരണത്തിലുമെന്നപോലെ കാശിയിലേക്കും തികച്ചും ഏകയായി പുറപ്പെടുക!

മുന്നൊരുക്കങ്ങൾ

യാത്രയെക്കുറിച്ചു ചിന്തിക്കുന്ന നിമിഷത്തിലാണ് ആ യാത്ര ആരംഭിക്കുന്നത്. അങ്ങനെയെങ്കിൽ എന്റെ ഈ കാശിയാത്ര ആരംഭിച്ചിട്ട് പതിറ്റാണ്ടുകൾ പലതു കഴിഞ്ഞിരിക്കുന്നു. കുട്ടിക്കാലത്ത്, കിണറ്റിൻകരയിൽ കൊണ്ടുനിർത്തി മഞ്ഞുപോലെ തണുത്തവെള്ളം തല വഴി കോരിഒഴിച്ച് കുളിപ്പിച്ചെടുക്കുമ്പോൾ അമ്മമ്മ പറഞ്ഞുതന്നിരുന്ന കഥകളിലൂടെയാണ് ആദ്യമായി 'കാശി' എന്ന വാക്കു ഞാൻ കേട്ടത്. മണ്ണാങ്കട്ടയുടേയും കരിയിലയുടേയും ലക്ഷ്യം കാണാതെ പോയ ആ കാശി യാത്രയുടെ കഥ, അത് എന്നിൽ നിറച്ച നഷ്ടബോധം പക്ഷേ, ഞാൻ തിരിച്ചറിയുന്നതു പതിറ്റാണ്ടുകൾ കഴിഞ്ഞാണ്. ആ കഥയിൽ നിന്നാണു തുടക്കം. അന്നു മുതൽക്കേ നേരിട്ടുകാണാത്ത കാശിയുടെ ചിത്രങ്ങൾ ഉള്ളിൽ രൂപപ്പെട്ടു തുടങ്ങിയിരിക്കണം. പൂജാമുറിയിൽ ദീർഘനേരം കണ്ണടച്ചിരുന്നു നമഃശിവായ ജപിച്ചിരിക്കുന്ന അമ്മാവന്റെ ചിത്രം ഇപ്പോഴും മനസ്സിൽ സജീവമാണ്. ഒന്നോർത്താൽ അമ്മമ്മയിൽ നിന്നും ഏറ്റെടുത്ത ദൗത്യമാണ് എനിക്ക് ഈ കാശിയാത്ര. എനിക്കു വേണ്ടിയല്ല ഞാൻ ഈ യാത്രയ്ക്ക് ഒരുങ്ങിയത്. ജീവിച്ചിരിക്കുന്ന അമ്മയ്ക്കു വേണ്ടി, കടന്നുപോയ അച്ഛനു വേണ്ടി, അമ്മമ്മയ്ക്കു വേണ്ടി, ഓർമ്മയിൽ നേർത്തൊരു ചിത്രം മാത്രമായ, എന്നാൽ സദാ സാന്നിധ്യമായ മുത്തശ്ശിക്കു വേണ്ടി, ഞാൻ നേരിട്ടു കണ്ടിട്ടില്ലാത്ത അപ്പുപ്പനും അച്ഛമ്മയ്ക്കും വലിയച്ഛന്മാർക്കും വേണ്ടിയാണിത്. എന്നാൽ അതോടൊപ്പം, എന്റെ പിൻതലമുറയ്ക്കു വേണ്ടിയുമാണ് ഈ യാത്രയെന്ന് ഞാൻ തിരിച്ചറിഞ്ഞ നിമിഷമാണ്, പ്രതിസന്ധികൾ ഏതും കടന്നു വരട്ടെ, യാത്ര പോകുകതന്നെയെന്നു നിശ്ചയിച്ചത്.

യാത്രകളിൽ വളരെക്കാലമായി ഞാൻ സ്വീകരിച്ചു വരുന്നത്,

തികച്ചും ഏകയായി അതു നിർവഹിക്കുക എന്നതാണ്. ഇടയ്ക്ക് സമാനമനസ്ക്കരായ ഒരു ചെറിയ കൂട്ടം ആളുകളെ കണ്ടെത്തി, അവരേയും ഒപ്പം കൂട്ടാറുണ്ടെങ്കിലും തിരുവണ്ണാമലയിലേക്കും, രാമേശ്വരത്തേക്കും, ഹരിദ്വാറിലേക്കും, ഋഷികേശിലേക്കും, ഒക്കെ ഞാൻ ഏകയായി മാത്രം സഞ്ചരിച്ചു. ചെന്നിറങ്ങിയ ശേഷം, കാര്യങ്ങൾ ചോദിച്ചറിഞ്ഞു മുന്നേറിയ യാത്രകൾ, വഴികാട്ടികൾ പലപ്പോഴും ദൈവഹിതം പോലെ മുന്നിലെത്തി. ഇത്തവണ യാത്രയ്ക്കൊരുങ്ങുമ്പോൾ വിവരസാങ്കേതിക വിദ്യ യാത്രയുടെ ബുദ്ധിമുട്ടുകളെ വളരെയധികം ലഘൂകരിച്ചു.

തിരുവനന്തപുരത്തു നിന്നും കാശിയിലേക്കു നേരിട്ട് വിമാന സർവ്വീസുകൾ ഇല്ലാത്തതിനാൽ നെടുമ്പാശ്ശേരിയെ ആശ്രയിക്കേണ്ടി വന്നു. ഇൻഡിഗോ ഫ്ളൈറ്റിൽ ബാംഗ്ലൂർ വഴി വാരാണസിയിലേക്കും, തിരിച്ച് ചെന്നൈ വഴി നെടുമ്പാശ്ശേരിയിലേക്കും ടിക്കറ്റ് കിട്ടിയതോടെ, ഓൺലൈനായി ഹോട്ടൽ റിസർവ് ചെയ്തു. എയർപോർട്ടിൽ നിന്നും ഹോട്ടലിലേക്കും തിരിച്ചും വാഹനസൗകര്യം ഉറപ്പാക്കി. ഇത്രയുമായിരുന്നു അടിസ്ഥാനമായി ഒരുക്കിയത്. പിന്നീടുള്ള ദിവസങ്ങൾ കാശിയെ അറിയാനുള്ള പഠനമാരംഭിച്ചു. ഒടുവിലത്തെ ഒന്നുരണ്ടു ദിവസം പൂർണമായും വിശ്വനാഥനും ഗംഗയും മാത്രം ഉള്ളിൽ നിറഞ്ഞു. മറ്റു കാഴ്ചകളും കേൾവിയും അപ്രസക്തങ്ങളായി. ഇതു വെറുമൊരു യാത്ര അല്ലെനിക്ക്.

കാശി എന്ന എന്റെ ചിരകാല മോഹത്തിലേക്കു ഞാൻ പറന്നുയരുമ്പോൾ കണ്ണായും കാതായും അനിയൻ കൂടെ നിന്നു. അവനോടുള്ള നന്ദി ഞാൻ ഏതു വാക്കുകൊണ്ടു പറയേണ്ടൂ?

2022 നവംബർ മാസം ഒമ്പതാം തീയതി വീടിന്റെ പടിയിറങ്ങുമ്പോൾ എന്നെ ചൂഴ്ന്നുനിന്നതു കർപ്പൂരത്തിന്റേയും തുളസിയുടേയും ഗന്ധമായിരുന്നു. അത് എന്റെ അമ്മമ്മയുടെ ഗന്ധമായിരുന്നു. ഇനി വിശ്വനാഥന്റെ അനുഗ്രഹത്തോടെ കാശിയുടെ കാഴ്ചകളിലേക്ക്, അനുഭവങ്ങളിലേക്ക്...

Photo by Dhananjay Sharma on Unsplash

ഒന്ന്

ചിറകു വീശിപ്പറക്കുമ്പോൾ ഇതെന്തൊരാനന്ദം...

യാത്രയുടെ ആരംഭം നെടുമ്പാശ്ശേരിയിൽ നിന്നാണ്. തിരുവനന്തപുരത്തു നിന്നും ട്രെയിനിൽ അങ്കമാലി എത്തി, എയർപോർട്ടിനടുത്ത് ഒരു ഹോട്ടലിൽത്തങ്ങി സൂര്യനുദിക്കും മുൻപ് സെക്യൂരിറ്റി ക്ലിയറൻസ് പൂർത്തിയാക്കി, ഗേറ്റ് നമ്പർ അഞ്ചിൽ എത്തുന്നതുവരേയും അവിശ്വാസത്തിൽ പൊതിഞ്ഞ ആവേശം എന്റെ ഉള്ളിൽ തിരതല്ലുന്നുണ്ടായിരുന്നു.

ഉദിച്ചുയരുന്ന സൂര്യബിംബത്തെ കാണാൻ സാധിച്ചില്ലെങ്കിലും മെല്ലെമെല്ലെ കടന്നുവരുന്ന പ്രഭാതരശ്മികൾ പൊതിയുന്ന ആ റൺവേയിലേക്ക് ഉറ്റുനോക്കി ഞാൻ ആ അരുണാർക്കനെ മനക്കണ്ണിൽ കണ്ടു. മെല്ലെ ഒരു കപ്പു കാപ്പി ഊതി കുടിച്ചു കൊണ്ട് എയർപോർട്ടിനകത്തുള്ള കാഴ്ചകൾ കണ്ടു നിന്നു. സമയം പോകെ, സൂര്യരശ്മിയേറ്റു റൺവേയിലെ ഇൻഡിഗോ വിമാനങ്ങളുടെ മേൽ ഭാഗം തിളങ്ങിയപ്പോൾ ഒരു സാഹസികയാത്രികയുടെ പരിവേഷം എടുത്തണിഞ്ഞ എന്റെ കവിളുകൾ അഭിമാനം കൊണ്ടുതുടുത്തു. കാത്തിരിപ്പിന്റെ നിമിഷങ്ങളിൽ, മെല്ലെ തിരക്കേറുന്ന ഗേറ്റുകളിലെ കാഴ്ചകൾ കണ്ട് ഞാനിരുന്നു. അതാ 6ഇ 6482 ഗേറ്റ് നമ്പർ 8 എന്നു തെളിയുന്നു.

പൊടുന്നനെയുള്ള മാറ്റം.

വേഗം പടികൾ ഇറങ്ങി താഴേക്ക്. അവിടെ നല്ല തിരക്ക്.

അക്ഷമയുടെ നിമിഷങ്ങൾ താണ്ടാൻ എത്ര പ്രയാസം!

ഒടുവിൽ വിമാനത്തിനുള്ളിലേക്ക്.

ഹാവൂ... 4എ എന്ന ജാലക സീറ്റിലിരുന്നു പുറത്തേക്കു നോക്കി ഞാൻ സ്വയം പറഞ്ഞു, 'അങ്ങനെ ആ സ്വപ്നം യാഥാർത്ഥ്യമാകുന്നു.'

യന്ത്രപ്പക്ഷി പറന്നുയരുമ്പോൾ ഞാൻ താഴേക്കു കണ്ണുനട്ടിരുന്നു.

മെല്ലെ ചെറുതായി, ക്രമേണ മേഘങ്ങൾ കാഴ്ച മറയ്ക്കുവോളം ഞാനതു നോക്കിയിരുന്നു. ഇനിയുള്ളതു മേഘങ്ങൾക്കിടയിലൂടെയുള്ള യാത്രയാണ്. പരിചയക്കാർ ആരുമില്ല. ബാംഗ്ലൂർ ഫ്ളൈറ്റ് ആയതിനാൽത്തന്നെ ഭൂരിപക്ഷം പേരും എക്സിക്യൂട്ടീവുകൾ ആണ്. ഏതായാലും ഇനി കണ്ണടച്ചിരിക്കാം. എന്തുകൊണ്ടോ തൃപ്രങ്ങോട്ടപ്പനെ ഓർമവന്നു. ഭഗവാനേ രക്ഷിക്കൂ എന്നൊരു കുട്ടി നിലവിളിച്ചുകൊണ്ടോടുന്നതും, ഈശ്വരന്റെ മാറിൽ അഭയം തേടുന്നതും ഓർത്തപ്പോൾ, ഞാനുമതുപോലെ വിശ്വേശ്വരാ എന്നൊരു നിലവിളിയിൽ പുറപ്പെട്ടു പോകുന്നവളാണല്ലോ എന്നോർത്തു.

എന്നെ സ്വീകരിക്കാൻ രണ്ടു കൈകളും വിടർത്തി നിലകൊള്ളുന്ന മഹാദേവനെ മനക്കണ്ണിൽ കണ്ടു. അതു നിശ്ചയമാണ്. അവിടുത്തെ ഇച്ഛയില്ലാതെ ഇങ്ങനെയൊരു യാത്ര സാധ്യമാകില്ല. ബാംഗ്ലൂർ എയർപോർട്ടിലെ സെക്യൂരിറ്റി ചെക്ക് കഴിഞ്ഞ് അധികം വൈകാതെ വാരാണസി വിമാനത്തിന്റെ ചെക്ക് ഇൻ തുടങ്ങി. എനിക്കു മുന്നിലൊരു യുവതി. അവൾ ചെന്നൈയിൽ നിന്നും ഒരു ഗ്രൂപ്പ് ടൂറിന്റെ ഭാഗമായി വാരാണസിയിലേക്കു വരികയാണ്. ആദ്യത്തെ ഒരു പരിചയപ്പെടൽ അങ്ങനെ നടന്നു.

വാരാണസി ഫ്ളൈറ്റ് മുഴുവനും തീർത്ഥാടകരാണ്.

മലയാളിയായി ഞാൻ മാത്രം. ഭൂരിപക്ഷം തമിഴ് ആന്ധ്രാ സ്വദേശികൾ. അല്പം നീണ്ട യാത്രയിൽ ഏറെ സമയവും ആകാശത്ത് പഞ്ഞിക്കെട്ടുപോലുള്ള മേഘങ്ങൾക്കു മീതെയായിരുന്നു വിമാനം. ലാൻഡ് ചെയ്യാറായപ്പോൾ ശ്രദ്ധയിൽപ്പെട്ടത് ഇഷ്ടികച്ചൂളകളുടെ ഉയർന്ന പുകക്കുഴലുകൾ.

മെല്ലെ ദൃശ്യങ്ങൾ തെളിഞ്ഞു.

ആകെ കരുതിയ ഒരു ബാഗ് ലഗേജ് ബൽറ്റിൽ നിന്നും കണ്ടെടുത്ത് പുറത്തേക്കിറങ്ങുമ്പോൾ ഹോട്ടൽ സ്റ്റാഫിന്റെ വിളി വന്നു. വാഹനം പുറത്തുണ്ട്. അനിയനും വിളിച്ചു. പേടിക്കണ്ട. വണ്ടി പുറത്തുണ്ട്. ഹോട്ടലിൽ എത്തിയ ശേഷം വിളിക്കൂ. അവൻ ഫോൺ കട്ടാക്കുമ്പോഴേക്കും ഡ്രൈവർ അടുത്തെത്തി. ഞാൻ കാറിൽ കയറി. എയർ പോർട്ടിൽ നിന്നും പുറത്തേക്കിറങ്ങുമ്പോൾ കണ്ടു, 'ഐ ലവ് കാശി' എന്ന അക്ഷരങ്ങൾക്കു മുന്നിൽ ചിലർ നിന്നു ഫോട്ടോ എടുക്കുന്നു.

വാരാണസി റോഡിലേക്കു കാർ പ്രവേശിച്ചു കഴിഞ്ഞു.

കാഴ്ചകൾ കാണാൻ കണ്ണു പുറത്തേക്കുനട്ടു ഞാനിരുന്നു.

ശരിയാണ്, കാശിക്കു പോകുന്നുവെന്നു വെല്ലുവിളി പോലെ

പറഞ്ഞുവെങ്കിലും, പെണ്ണെന്ന, ഭയം തലമുറകൾ കൈമാറി വന്ന ജനിതക കോഡിങ്ങ് എന്റെ ഉള്ളിലും അലതല്ലിയിരുന്നുവെന്നതു മറച്ചുവയ്ക്കുന്നില്ല.

ആരോടാണ് തന്റെ ആശങ്ക പങ്കു വയ്ക്കുക?

സ്വയം തിരുത്തി.

ജന്മജന്മാന്തരങ്ങളായി കാത്തിരുന്ന യാത്രയാണിത്. ഒരു വലിയ കാറ്റിൽ എവിടേക്കോ പറന്ന് അപ്രത്യക്ഷമായ ഒരു കരിയിലയും കനത്ത മഴയിൽ അലിഞ്ഞകന്ന ഒരു മണ്ണാങ്കട്ടയും എന്റെ ഈ യാത്രയുടെ പ്രേരണയാണെങ്കിൽ, ആ കഥകളൊക്കെയും പറഞ്ഞു തന്ന അമ്മമ്മ ഇന്നും ഉള്ളിലെ മാർഗദർശിയാണെങ്കിൽ, വന്നിറങ്ങുന്നത് സാക്ഷാൽ മഹാദേവന്റെ കൈകളിലേക്കാണെങ്കിൽ ഭയക്കുന്നതെന്തിന്? ഏതു ഭയവും എരിഞ്ഞടങ്ങണം.

കാറ് വാരാണസിയുടെ തിരക്കേറിയ നഗരപാതയിലേക്കു പ്രവേശിക്കുമ്പോൾ ഞാൻ തീർത്തും ഭയരഹിതയാകണം. ഞാൻ ഒരു നിമിഷം കണ്ണടച്ചു. പഞ്ചാക്ഷരീ മന്ത്രത്തിൽ ശ്വാസം ലയിപ്പിച്ചു.

മേൽപ്പാലങ്ങളും ഹൈവേകളും കടന്നായിരുന്നു യാത്ര. പക്ഷേ, ഒന്നുണ്ട് ഭസ്മം വാരിപ്പൂശിയപോലെ വെളുത്ത പൊടികൊണ്ടു മൂടിക്കിടക്കുകയാണ് ഈ നഗരം. ഇതൊരു പൗരാണിക നഗരമാണെന്നു ഞാൻ പറയുന്ന നിമിഷം, അതു മാറ്റി ഒരു ആധുനിക നഗരമെന്നു പറയാനും തോന്നുന്നുണ്ട്.

പട്ടണത്തിലേക്കു പ്രവേശിച്ചാൽ ധാരാളമുള്ളത് റിക്ഷകളാണ്, സൈക്കിൾ റിക്ഷ, ഇലക്ട്രിക് ഓട്ടോറിക്ഷ, ടോട്ടോ എന്ന നീളം കൂടിയ ഒരു തരം ഓട്ടോറിക്ഷ ഇവയാണ് നിരത്തുകളിൽ നിറയെ. ഇറങ്ങി നടക്കാമെന്നു ചിന്തിച്ചാൽ നല്ല കരുതൽ വേണം ചുറ്റുപാടിനെക്കുറിച്ച്.

ഏതായാലും ഏതാണ്ട് ഒരു മണിക്കൂർ കൊണ്ട് ഞാൻ വാരാണസി എന്ന പൗരാണിക നഗരത്തിന്റെ മാറിലേക്കു വന്നിറങ്ങി. നഗരഹൃദയം. തിക്ക് തിരക്ക്, അതിൽ പെട്ടും പെടാതെയും അന്തിയുറങ്ങാൻ ഹോട്ടലിലേക്ക്. ഹോട്ടൽ 'ഡെ വില്ലെ ഇൻ' ൽ ആണു മുറി ബുക്ക് ചെയ്തിരിക്കുന്നത്. നേരത്തേ ബുക്ക് ചെയ്തത് എത്ര നന്നായി! നിത്യേന പതിനായിരത്തിലേറെ സഞ്ചാരികൾ വന്നു ചേരുന്ന സ്ഥലമാണിത്. സ്വാഭാവികമാകും ഹോട്ടൽ സൗകര്യം മുൻകൂട്ടി ബുക്ക് ചെയ്യുന്നതാണ് നല്ലത്.

വിശാലമായ മുറി നന്നായി ഫർണിഷ് ചെയ്തു സൂക്ഷിച്ചിട്ടുണ്ട്. വൃത്തിയുള്ള ശുചിമുറി. കാപ്പിയോ ചായയോ ഉണ്ടാക്കി കുടിക്കാ

നുള്ള സൗകര്യവും ഉണ്ട്. ഒരു മനുഷ്യനു നാലു രാവുതാണ്ടാൻ ഇതു ധാരാളം മതിയാകും.

മുറിയിൽ നിന്നും പുറത്തേക്കു നോക്കിയാൽ കാണുന്നത് ഉപേക്ഷിക്കപ്പെട്ട ഒരു പൗരാണിക മന്ദിരമാണ്. കൊത്തുവേലകൾ നിറഞ്ഞ അതിന്റെ ഗതകാല പ്രൗഢി ഊഹിക്കാനാകും.

അതിനുമപ്പുറം ഒരു വീടിന്റെ ഒന്നാം നിലയിലെ കുടുംബത്തെ വ്യക്തമായി കാണാം. വലിയൊരു കൂളർ അവരുടെ ആ മുറ്റത്തുണ്ട്. പിന്നെയുള്ളത് നിലത്തിരുന്ന് പാത്രം കഴുകുന്ന, പാചകം ചെയ്യുന്ന ഒരു സ്ത്രീയാണ്. ജാലകക്കാഴ്ചകൾക്കു പരിധിയുണ്ട്. ആ ഇടിഞ്ഞു പൊളിഞ്ഞു കിടക്കുന്ന കെട്ടിടത്തിലേക്കു കുട്ടികൾ പ്രാവു പറത്താൻ എത്തിത്തുടങ്ങിയപ്പോൾ അവരെ അവരുടെ വഴിക്കു വിട്ട് ഞാൻ കുളിച്ചു വൃത്തിയായി.

പുറത്തെ തെരുവിലെ വാഹനങ്ങളുടെ ശബ്ദം മുറിയിലേക്ക് എത്തുന്നുണ്ട്. മുറിയിൽ നിന്നും പുറത്തേക്കിറങ്ങുമ്പോൾ എന്തുകൊണ്ടോ പെട്ടെന്നു മനസ്സിലേക്ക് ഒരു മുഖം തെളിഞ്ഞുവന്നു. നെടുമ്പാശ്ശേരിയിൽ വച്ചാണ് ആ യുവാവിനെ ഞാൻ ശ്രദ്ധിച്ചത്. എനിക്കു തൊട്ടടുത്തുള്ള കസേരയിൽ വന്നിരിക്കുകയായിരുന്നു അവൻ. അവന്റെ കാലുകളാണ് ഞാനാദ്യം കണ്ടത്. മുട്ടിനു താഴേക്ക് രണ്ടു കാലുകൾക്കും പകരം മെറ്റൽ കൊണ്ടുള്ള കൃത്രിമക്കാലുകൾ! അവൻ എന്നോടു ചിരിച്ചു. വിമാനം പുറപ്പെടുന്ന അത്രയും സമയം അവൻ എന്നോടു സംസാരിച്ചു. അവന്റെ കണ്ണുകളിൽ നോക്കിയിരിക്കുമ്പോൾ ഞാൻ കണ്ട പ്രസരിപ്പ്! അതെന്റെ സർവ ആശങ്കകളും എരിച്ചുകളഞ്ഞു. ഇങ്ങനെയും മനുഷ്യർ! തോൽക്കാൻ കൂട്ടാക്കാത്ത ഇക്കൂട്ടരാണ് യഥാർത്ഥ മനുഷ്യർ അല്ലേ?

ആ യുവാവിന്റെ ചിരിക്കുന്ന ചിത്രം ഊർജ്ജമാക്കി മാറ്റി ഞാൻ ലിഫ്റ്റിലേക്കു നടന്നു. ആദ്യ ദിനം പ്രത്യേക ലക്ഷ്യമൊന്നുമില്ല.

പ്രഭാതത്തിലേ ഗംഗാ ദർശനമുള്ളൂ.

അപ്പോൾ ഈ വൈകുന്നേരം ചില തയ്യാറെടുപ്പുകളുടേതാണ്.

കാശിയിൽ എത്തുമ്പോൾ പ്രധാനലക്ഷ്യം വിശ്വനാഥദർശനവും ഗംഗാസ്നാനവും ആണ്. എന്നാൽ അതിനപ്പുറം, കാശി ലോകത്തിലെ തന്നെ ഏറ്റവും പുരാതനനഗരമാണ്. അഞ്ചാം നൂറ്റാണ്ടു മുതൽ കാശിയുടെ പ്രഭാവവും പെരുമയും രേഖപ്പെടുത്തപ്പെട്ടതാണ്. കാശിയോടു ചേർന്നാണ് ബുദ്ധമതത്തിന്റെ പ്രധാനപ്പെട്ട നാലു കേന്ദ്രങ്ങളിൽ ഒന്നായ സാരാനാഥ് സ്ഥിതിചെയ്യുന്നത്.

കാശി വെറുതെ ചുറ്റിക്കറങ്ങാൻ പോലും ദിവസങ്ങൾ വേണം.

അപ്പോൾ നാലു രാവും മൂന്നു പകലും കൊണ്ട് എന്തുമാത്രം കാണാനാകും അറിയാനാകും എന്നത് ഒരു സഞ്ചാരിയെ സംബന്ധിച്ച് വെല്ലുവിളിയാണ്.

ശരിയാണ് എല്ലാം ഗൂഗിൾ കാണിച്ചു തരുമല്ലോ, പക്ഷേ, അതു തെറ്റാണ്. കാശി പോലൊരു നഗരത്തിൽ കാശിയെ അറിയുന്ന ഒരാൾ കൂടെ വേണം. കാരണം, ഒരുമാസമോ രണ്ടു മാസമോ ഒരു സത്രത്തിൽ തങ്ങി, ധ്യാനവും മനനവുമായി കൂടാനാണെങ്കിൽ നമുക്കു മുന്നിൽ ആവശ്യത്തിനു സമയമുണ്ട്. പക്ഷേ, ഇതു വെറും മൂന്നു ദിവസം മാത്രം.

വിശന്നുവലഞ്ഞ കുഞ്ഞിനു മുന്നിൽ നീട്ടുന്ന സമ്പൂർണസദ്യ പോലെ ഞാൻ കാശി എന്ന വിസ്മയത്തിനു മുന്നിൽ നമ്രശിരസ്ക്കയായി കൈകൂപ്പി നിൽക്കുകയാണ്. എന്നെ ഇവിടെവരെ എത്തിച്ച മഹാദേവാ, നീ വഴികാട്ടുക. വഴിയും നീ, വഴികാട്ടിയും നീ...

ഞാൻ ലിഫ്റ്റിൽ താഴെ ലോബിയിൽ എത്തി.

എനിക്ക് യാത്രയുടെ കാര്യങ്ങളെക്കുറിച്ചു തീരുമാനമെടുക്കേണ്ടതുണ്ട്. ആദ്യം ഹോട്ടൽ മാനേജറെ കാണണം. ലോബിയിൽ ഹോട്ടൽ മാനേജർ ത്രിദേവ് ത്രിപാഠി എത്തി. മുപ്പതു വയസ്സുള്ള യുവാവാണ് ത്രിപാഠി.

ഞാൻ കേരളത്തിൽ നിന്നാണെന്നു കേട്ടപ്പോൾ ത്രിപാഠിക്ക് ആകെ അറിയേണ്ടത്തു പത്മനാഭസ്വാമി ക്ഷേത്രത്തെക്കുറിച്ചു മാത്രം. നാഷണൽ മാധ്യമങ്ങൾക്കു ഞാൻ മനസ്സുകൊണ്ടു നന്ദിപറഞ്ഞു. കുറഞ്ഞപക്ഷം അനന്തപത്മനാഭ സ്വാമിയെ അവർ അറിയുന്നല്ലോ. സംസാരമധ്യേ ത്രിപാഠി പറഞ്ഞു, ‘അമ്മാ, ഞങ്ങൾ നിന്റെ മക്കൾ. എന്താണോ നിങ്ങൾക്കിവിടെ കാണേണ്ടത് അതു കാണിച്ചുതരാൻ ഞങ്ങൾ ഉണ്ട്.’

സത്യം പറയട്ടെ, അത്ഭുതപ്പെട്ടു ഞാൻ.

ഒരു അപരിചിത നഗരത്തിൽ ഒരാൾ നിങ്ങൾ അമ്മയെപ്പോലെ എന്നുപറഞ്ഞ് നമ്മളോട് ഇടപെടുക എന്നു പറഞ്ഞപ്പോൾ സത്യത്തിൽ എനിക്കു ത്രിപാഠിയോട് ആദരവു തോന്നി. തുറിച്ചു നോട്ടമോ, സംശയദൃഷ്ടിയോ കൂടാതെ, ഒറ്റയ്ക്കു ഭഗവൽ ദർശനത്തിനു വരുന്ന ഒരു സ്ത്രീയോട് കാണിക്കാവുന്ന പരമാവധി മര്യാദ ആ മാനേജറുടെ വാക്കുകളിൽ ഞാൻ കണ്ടു.

പിന്നീടുള്ള എല്ലാ ദിവസങ്ങളിലും ത്രിപാഠിയോ അജയ് എന്ന മാനേജരോ എനിക്കു വേണ്ട സഹായങ്ങൾ ചെയ്യാൻ സദാ തയ്യാറായി നിലകൊണ്ടു. സത്യത്തിൽ അവരുടെ ആ നിലപാട് എനിക്ക്

നൽകിയ ആത്മവിശ്വാസം ചെറുതല്ല.

കാശിയിലെ ആദ്യ സായാഹ്നമാണ്.

എന്താണു വേണ്ടത്? ഒടുവിൽ തീരുമാനിച്ചു, വെറുതേ നടന്നിട്ടു വരുക. ദശാശ്വമേധ് തെരുവു വരെ കഷ്ടിച്ച് ഒന്നൊര കിലോമീറ്റർ ദൂരം വരും. നടന്നാൽ ഗുണങ്ങൾ പലതുണ്ട്. ഒന്നാമത് ചെന്നിറങ്ങിയ നഗരത്തെക്കുറിച്ച് ഒരു ധാരണ ആ നടപ്പ് നൽകും. രണ്ടാമതായി നീണ്ട യാത്രയും കാത്തിരിപ്പുമായി ഇരുന്നു മുഷിഞ്ഞ ശരീരത്തിന് ഒരു ഉണർവു കിട്ടും. മൂന്നാമത്തേത് രാത്രി ഭക്ഷണം എന്തെങ്കിലും കഴിക്കണം. അത് വഴിയോരക്കച്ചവടക്കാരിൽ നിന്നായാൽ കൂടുതൽ നന്ന്.

കാശിയിൽ എവിടെ നിന്നാണു ഭക്ഷണം കഴിക്കേണ്ടത് എന്നതിനെക്കുറിച്ച് ഒരു ധാരണ ഉണ്ടാക്കിയിരുന്നു ആദ്യം തന്നെ.

അങ്ങനെ കാശിയിലെ ആദ്യ സന്ധ്യയിൽ ഞാൻ പ്രത്യേക ലക്ഷ്യമൊന്നുമില്ലാതെ, തിരക്കേറിയ ആ രാജപാതയിലൂടെ, നിറഞ്ഞ ദീപപ്രഭയിൽ കാഴ്ചകൾ കണ്ട് അതിൽ വെറുമൊരു ബിന്ദുവായി അലിയാൻ നിശ്ചയിച്ച് പുറത്തേക്കിറങ്ങി.

രണ്ട്
കാശി നഗരദർശനം

ഏറ്റവും പൗരാണികമായ നഗരം.

നഗരം എന്ന വാക്കിന് ഊന്നൽ നൽകി വേണം ചിന്തിക്കാൻ. നൂറ്റാണ്ടുകൾക്കു പിന്നിലേക്കു ചിന്തിക്കാൻ കാശിയിലെ പാതകൾ നമ്മെ പ്രേരിപ്പിക്കും. ഇതേ വഴികളിൽ നടന്നു നീങ്ങിയ എത്ര യെത്ര മനുഷ്യർ! അവരുടെ കാല്പാടുകൾക്കു മീതെയാണ് ഞാനും ഒരു അടയാളം സൃഷ്ടിക്കാൻ ശ്രമിക്കുന്നത്.

എന്റെ ചുവടുകൾക്കു മറ്റു പരിവേഷങ്ങൾ യാതൊന്നുമില്ല. ഒരു സാധാരണക്കാരി. ഒരു നിമിഷം ആ ചിന്ത എന്നിൽ ആനന്ദം നിറച്ചു. എന്തെന്നോ? ഒരു സാധാരണക്കാരിക്ക് ഏറെക്കുറെ അപ്രാപ്യമായ ഒന്ന് ഞാൻ നേടിയിരിക്കുന്നു. അടുത്ത നിമിഷം, ആ ചിന്ത സ്വയം തിരുത്തി.

ഞാനാര്? ഈശ്വരേച്ഛ ഇതാണ്.

അതുകൊണ്ട് ഞാൻ, അത്രമാത്രം!

കാശിയിലേക്കു വരുമ്പോൾ ഉള്ളിൽ കയറ്റിവച്ചിരുന്ന ഞാൻ ഭാവങ്ങൾ അടർന്നു വീഴുന്നു. ജഗത്ശങ്കരാ എന്നൊരു പ്രാർത്ഥന മനസ്സിൽ ഉണർന്നപ്പോൾ, ഹര ഹര മഹാദേവ് എന്നു ആർത്തുവിളിച്ചു കൊണ്ട് ഒരു കൂട്ടം മനുഷ്യർ എന്നെക്കടന്നുപോയി. ഞാൻ അല്പംകൂടി ഒതുങ്ങിനിന്നു, അവർ കടന്നുപോകട്ടെ, സ്ത്രീകളും കുട്ടികളും, വൃദ്ധരും ആ കൂട്ടത്തിലുണ്ട്. എന്തൊരു ആവേശമാണവർക്ക്!

ട്രോളി ബാഗുകൾ നിരത്തിലൂടെ ഉരുട്ടി അവർ തിരക്കിൽ അലിഞ്ഞ് അപ്രത്യക്ഷമാകുന്നതും നോക്കി ഞാൻ നടന്നു. ബസാറുകൾ ആണ് മുന്നിൽ. നിറയെ റിക്ഷാക്കാർ നിരന്നനിരത്ത്. വഴിവിളക്കുകൾ പ്രഭചൊരിഞ്ഞു നിൽക്കുന്നു. പോകുന്ന വഴിയിൽ

ധാരാളം ഭക്ഷണശാലകൾ, ലസ്സി വാലാകൾ, പനീർ വിൽക്കുന്നവർ, പൂജാസാമഗ്രികൾ വിൽക്കുന്നവർ, തണുപ്പു വസ്ത്രങ്ങളുടെ വലിയ ശേഖരം ഉന്തുവണ്ടിയിലാക്കി തള്ളി നടന്നുപോകുന്നവർ, ഉരുളക്കിഴങ്ങും, ഉള്ളിയും, പാലകും വിൽക്കുന്നവർ, പേരറിയാത്ത പഴങ്ങൾ വിൽക്കുന്നവർ, ഞാൻ കാശി കാണുകയാണ്. ഇതിന്റെ മറുവശമെന്നോണം ഇടയ്ക്കിടക്ക് ബനാറസ് വസ്ത്രശാലകൾ, ബനാറസ് പട്ടുസാരികളുടെ കണ്ണഞ്ചിപ്പിക്കും കടമുറികൾ, എല്ലാം പുതിയ കാഴ്ചകളാണ് എനിക്ക്.

പ്രിയപ്പെട്ടവനെ കാത്തിരിക്കുന്ന പ്രേയസിയുടെ ഹൃദയമിടിപ്പു പോലെ എന്റെ ഉള്ളം തുടിച്ചു.

ദാ ഇതിനടുത്ത്, വളരെയടുത്ത് കാലങ്ങളായി ഒന്നുകണ്ടു വന്ദിച്ചു മടങ്ങാൻ ഞാൻ കൊതിച്ച എന്റെ ജഗന്നാഥനുണ്ട്. അതിലുപരി ഹരിദ്വാറിലും ഋഷികേശിലും കണ്ടുനിന്ന ശേഷം ഇത്ര കാലം മനസ്സിൽ അടക്കിപ്പിടിച്ച ഗംഗാമാതാ എന്നൊരു തീവ്രവികാരമുണ്ട്. അമ്മയാണ്, ഒരു കുഞ്ഞിന് അതിന്റെ അമ്മയോടുള്ള സ്നേഹവും വിശ്വാസവും എന്തായിരിക്കും, അതു തന്നെയാണ് ഗംഗാനദിയോടും.

ചെവിയോർത്താൻ കേൾക്കാം, പുറംചെവിയിൽ പതിയുന്ന നഗരത്തിരക്കുകൾ അല്ല, അകക്കണ്ണിൽ നിറയുന്ന ഗംഗയുടെ ഓളത്തല്ലൽ എനിക്കു കേൾക്കാം.

കണ്ണു നിറയുന്നു.

ഭഗവാനേ, നേരം പുലരണം നിന്നെക്കാണാൻ. തൊട്ടു വന്ദിക്കാൻ. വഴിയോരമെന്നറിയാതെ നിറഞ്ഞ കണ്ണ് ജാള്യത ലേശമില്ലാതെ തുടച്ച് ഞാൻ മുന്നിലേക്കു നടന്നു.

എല്ലാവരും ഒരു കേന്ദ്രബിന്ദുവിനു ചുറ്റുമാണ്.

വിശ്വനാഥൻ എന്ന കേന്ദ്രത്തിനു ചുറ്റും.

തിരക്കിൽ നിന്നും കൂടുതൽ തിരക്കിലേക്കാണു ഞാൻ മുന്നേറിയത്. പ്രത്യേകിച്ച് ലക്ഷ്യമേതുമില്ല. അല്പനേരം കൂടി പ്രധാന നിരത്തിലൂടെ നടന്ന ശേഷം മടങ്ങാം എന്നു നിശ്ചയിച്ചു. ഒരു വഴിയോര ഭക്ഷണശാലയുടെ മുന്നിൽ വലിയ തിരക്ക്. അകത്തേക്കു കടക്കാൻ സാധിക്കില്ല. ആളുകൾ പുറത്തുനിന്നാണു കഴിക്കുന്നത്. ഇല കൊണ്ടു നിർമിച്ച ചെറുപാത്രങ്ങളിൽ നിറയുന്ന രുചി. ചോറും ചപ്പാത്തിയുമൊന്നും കിട്ടില്ല എന്നുറപ്പാണ്. അല്ലെങ്കിലും അതു തേടി അല്ലല്ലോ ഇത്ര ദൂരം സഞ്ചരിച്ചതും.

കാശിയെ അറിയുമ്പോൾ ഇവിടുത്തെ ഭക്ഷണവും രുചിക്കണം.

ഓഡറെടുക്കുന്ന കൗമാരം കടന്നിട്ടില്ല എന്നു തോന്നിക്കുന്ന മുഖമുള്ള യുവാവിനടുത്തേക്കു ഞാനെത്തി. എന്റെ അജ്ഞത കൃത്യമായി പറഞ്ഞു. കേരളത്തിൽ നിന്നാണ്. എഴുതി വച്ചിരിക്കുന്ന ഭക്ഷണം എന്താണെന്നറിയില്ല. പറ്റിയ ഭക്ഷണം ഒരാൾക്കു കഴിക്കാനുള്ളതു നൽകുക. ഇരുന്നൂറു രൂപ നോട്ട് കൈയിൽ എടുത്തു പിടിച്ചുനിന്ന എനിക്ക് നൽകിയത് ഒരു ആലു ടിക്കി. നാല്പതു രൂപയ്ക്ക് എനിക്കു കഴിച്ചു തീർക്കാൻ സാധിക്കുന്നതിലും അധികം ഭക്ഷണം! ഞാൻ അതിശയിച്ചു.

നല്ല ചൂടുണ്ട്. വഴിയരികിൽ നിന്നു ഭക്ഷണം കഴിക്കുന്ന പലർക്കൊപ്പം ഞാനും നിന്നു മെല്ലെ ചെറിയ കരണ്ടി കൊണ്ട് ആ ഭക്ഷണം ആസ്വദിച്ചു കഴിച്ചു.

കാശിയിൽ വന്നിറങ്ങിയ ശേഷമുള്ള ആദ്യ ഭക്ഷണം.

വയറു നിറഞ്ഞു. രുചി കൊണ്ട് മനസ്സും.

വേസ്റ്റ് ബിന്നിൽ ഇല നിക്ഷേപിച്ചു കൊണ്ട് കൗണ്ടറിൽ ഇരുന്ന പയ്യനു നേരെ ചിരിച്ചു കൊണ്ടു കൈകൂപ്പി. അവനും തിരിച്ചു ചിരിച്ചു. എന്തിനാണ് അധികം വാക്കുകൾ? ഒരു ചിരിയിൽപ്പോലും ആശയ വിനിമയം സാധ്യമാകുന്നു.

തൊട്ടടുത്തു കണ്ട കടയിൽ നിന്നും ഒരു കുപ്പിവെള്ളം വാങ്ങിക്കുടിച്ചു കൊണ്ട് ഞാൻ ഹോട്ടലിലേക്കു തിരിച്ചു നടന്നു. ഇനി ഒന്നു കിടക്കണം. അതിരാവിലെ ഉണരേണ്ടതുണ്ട്. തിരിച്ചു മുറിയിലെത്തിയ ശേഷം ഞാൻ ജനലിലൂടെ പുറത്തേക്കു നോക്കി. വന്നപ്പോൾ കണ്ട ആ വീട്ടിലെ സ്ത്രീ അകത്തെ മുറിയിൽ നിലത്തിരുന്നുകൊണ്ട് എന്തോ ചെയ്യുകയാണ്. കുറച്ചുനേരം അതു കണ്ടു നിന്നു. പിന്നെ ത്രിപാഠിയെ വിളിച്ച് കാലത്ത് വരുമെന്നു പറഞ്ഞ പയ്യനോടു കൃത്യം അഞ്ചര മണിക്കു തന്നെ എത്തിച്ചേരണം എന്ന് ഓർമിപ്പിക്കാൻ പറഞ്ഞ്, വീട്ടിലേക്കും വിളിച്ചശേഷം ഞാൻ കിടന്നു. സ്വപ്നത്തിലേക്കു കടന്നു വരേണ്ടതു ഗംഗയാണ്. അതിനായി പ്രാർത്ഥിച്ചു കൊണ്ട് മെല്ലെ ഉറക്കത്തിലേക്ക്.

അതിരാവിലെ തന്നെ ഉണർന്നു, പ്രഭാതകൃത്യങ്ങൾ പൂർത്തിയാക്കി, ക്ഷേത്രത്തിലേക്ക് ഇറങ്ങുകയാണ് എന്നു വീട്ടിലേക്കു മെസേജ് ഇട്ട്, ഫോൺ ഭദ്രമായി മുറിയിൽത്തന്നെ വെച്ച ശേഷം ഒരു ജാക്കറ്റ് കൂടി ധരിച്ച് ഞാൻ മൂന്നാം നിലയിലെ മുറി വിട്ട് താഴെ ലോബിയിൽ എത്തി.

സമയം അഞ്ച് ഇരുപത്.

റിസപ്ഷനിൽ ത്രിപാഠിയുണ്ട്.

മണ്ണാങ്കട്ടയും കരിയിലയും

തൊട്ടടുത്ത് വെളുത്തു മെലിഞ്ഞൊരു പയ്യനും. അവന്റെ മുഖത്തെ കുട്ടിത്തം പൂർണമായും മാറിയിട്ടില്ല. എന്നെ കണ്ടതും നമസ്ക്കാരം പറഞ്ഞു കൊണ്ട് ത്രിപാഠി പയ്യനെ എനിക്കു പരിചയപ്പെടുത്തി.

ഇന്ന് കാശിയിലെ കാഴ്ചകൾ കാട്ടിത്തരുന്നത് ലല്ല എന്നു വിളിക്കുന്ന ഈ പയ്യനാണ്. അവൻ സദാകൂടെ ഉണ്ടാകും. ടൂവീലറിൽ സഞ്ചരിക്കാൻ പ്രയാസമുണ്ടോ എന്നവൻ ചോദിച്ചു. ഒറ്റക്ക് ഒരാൾക്കു വേണ്ടി മറ്റു വാഹനങ്ങളുടെ ആവശ്യമില്ല.

ഞാൻ പറഞ്ഞു, ബൈക്കിൽ ഇരിക്കാം.

അങ്ങനെ ഞങ്ങൾ യാത്ര തുടങ്ങി.

വണ്ടിയിൽ കയറും മുമ്പ് അവനോടു ഞാൻ പറഞ്ഞു, ഞാൻ ബൈക്കിൽ നിരന്തരം സഞ്ചരിക്കുന്ന വ്യക്തിയല്ല.

സൂക്ഷിച്ചുവേണം വണ്ടി ഓടിക്കാൻ.

അധികം വേഗതയും പാടില്ല.

അവൻ ചിരിച്ചു, എന്നിട്ടു പറഞ്ഞു, 'ബിൽക്കുൽ മേരി മാജൈസാ...' വീണ്ടും മാം, അഥവാ അമ്മ! ഞാനവനോട് എത്രയാണു പ്രായം എന്നു ചോദിച്ചു, ഇരുപതു വയസ്സ്, കൃത്യം എന്റെ മകന്റെ പ്രായം. എനിക്കു സന്തോഷമോ അഭിമാനമോ തോന്നി.

അമ്മയായിരിക്കുക, മുതിർന്ന മക്കളുടെ അമ്മയായിരിക്കുക ഒരു അഭിമാനമാണ്. ഇത്രദൂരെ ഒരു അപരിചിതനഗരത്തിൽ ഒരു യുവാവിന് എന്നെക്കണ്ട് അവന്റെ അമ്മയെ ഓർമ വരുന്നു എന്നു പറഞ്ഞപ്പോൾ എനിക്ക് സ്വയം അഭിമാനം തോന്നി.

വിശ്വേശ്വരന്റെ കൃപ.

അമ്മ എന്ന വാക്ക് എത്ര മഹത്വമുള്ളതാണ്.

ഇന്നലെ രാത്രി തിരക്കിലമർന്ന നഗരം ഇപ്പോഴെത്ര ശാന്തം!

ആദ്യം ഗംഗാദേവിയെ തൊട്ടു വന്ദിക്കണം, ശേഷം കാശീ വിശ്വനാഥ ദർശനം. ഞാൻ അവനോടു പറഞ്ഞു. തലേന്നു രാത്രി ഞാൻ കണ്ട തിരക്കേറിയ നഗരം ഉണർന്നിട്ടില്ല.

വഴിവിളക്കുകൾ പൊഴിക്കുന്ന പ്രകാശത്തിന്റെ പുതപ്പിൽ സുഷുപ്തിയിലാണു നഗരത്തിന്റെ പ്രധാന നിരത്തുകൾ. അവിടവിടെ മൂടിപ്പുതച്ച റിക്ഷാവാലകൾ, കടകൾ അടഞ്ഞുകിടക്കുന്നു. ദശാശ്വമേധ ഘാട്ടിലേക്കാണ് ആദ്യം. വിശദമായ കാഴ്ചയ്ക്കു നിൽക്കുന്നില്ല.

ഘാട്ടിലിരുന്ന് പ്രഭാതസൂര്യനെക്കാണണം.

ഉദയസൂര്യൻ, ഭൂമിയുടെ ഏതു കോണിൽ നിന്നു നോക്കിയാലും

ഒരു അത്ഭുതക്കാഴ്ചയാണ്. കിഴക്കൻ ചക്രവാളത്തിൽ നിന്നും ഉയർന്നുപൊങ്ങുന്ന ജ്വലിക്കുന്ന സൂര്യബിംബത്തോളം ആനന്ദദായകമായ, അതുല്യമായ കാഴ്ച അനേകമില്ല. ഒരു പർവ്വതമുകളിൽ നിന്നാണെങ്കിൽ, മഞ്ഞണിഞ്ഞ ഗിരിശൃംഗങ്ങളെ സ്വർണവർണപ്പട്ടുടുപ്പിച്ച്, ക്രമേണ ദൃശ്യമാകുന്ന അതേ സൂര്യോദയം, ഒരു കുന്നിൻചരിവിൽ നിന്നു നോക്കിയാൽ, അതിലെ പച്ചിലത്തഴുപ്പുകൾക്കു മേൽ ചെമപ്പുരാശി പടർത്തിയാവും ദൃശ്യമാകുക.

എന്നാൽ കടൽക്കരയിലോ?

രാത്രി ചന്ദ്രനു വേണ്ടി ഒഴിഞ്ഞു പോയ ഇടത്തിലേക്കു പുഞ്ചിരിച്ചു കൊണ്ട് ഉയർന്നുവരുന്ന സൂര്യനാകും അവിടത്തെ കാഴ്ച. എന്നാൽ ഇപ്പോൾ ഞാൻ കാത്തിരിക്കുന്നത് അസുലഭവും അനന്യവുമായ ഒരു കാഴ്ചയാണ്, ഗംഗയിലെ സൂര്യോദയം!

ദശാശ്വമേധ് ഘാട്ട് എന്ന ചൂണ്ടുപലക കണ്ടു.

ലല്ല എന്നെ വഴിയരികിൽ ഇറക്കിയ ശേഷം, വണ്ടി പാർക്കു ചെയ്യാൻ ഒരു ഇടുങ്ങിയ ഗലിയിലേക്കു പോയി വേഗം തിരികെ എത്തി. ഞങ്ങൾ മുന്നോട്ടു നടന്നു.

അതാ ഗംഗ!

എന്റെ കൺമുന്നിൽ!

ഘാട്ടിലെ വഴിവിളക്കുകളിൽ നിന്നും പ്രതിഫലിക്കുന്ന വെളിച്ചം ഓളങ്ങളിൽ വീണു ചിതറുന്നു. കുറേയേറെ ബോട്ടുകൾ കടവിൽ നിരനിരയായ് സ്ഥാനം പിടിച്ചിട്ടുണ്ട്. ചിലതിൽ ആളുകൾ ഉണ്ട്. അവ യാത്രയ്ക്കു തയ്യാറാകുന്നു. ഘാട്ടുകളുടെ വശങ്ങളിലെ കച്ചവടക്കാരും ഭിക്ഷാംദേഹികളും ഉണരുന്നു. അതെ ഘാട്ട് മെല്ലെ ഉണരുകയാണ്.

ഞാൻ പടികൾ ഇറങ്ങി ഏറെ സ്വസ്ഥമായി ഒരിടത്ത് ഇരുന്നു. മുന്നിൽ വിശാലഗംഗ, മെല്ലെ തെളിയുന്ന വാനം, അതിലേക്ക് കനൽക്കട്ട പോലെ ജ്വലിച്ചുകൊണ്ട് ഉയർന്നു പൊങ്ങുന്ന സൂര്യബിംബം!

പൊൻകിരണങ്ങളേറ്റു ഗംഗയിലെ ഓളങ്ങളും ജ്വലിച്ചു തുടങ്ങി.

ഓളത്തല്ലലിലേക്കു പറന്നിറങ്ങുന്ന നൂറുകണക്കിനു പക്ഷിക്കൂട്ടം. സൈബീരിയയിലെ കൊടുംതണുപ്പിൽ നിന്നും രക്ഷതേടി വന്നണഞ്ഞവയാണിവ. വോൾഗയും, യാങ്റ്റസിയും കടന്ന് ഹിമാലയവും കടന്ന് ഗംഗയിലേക്കു പറന്നിറങ്ങുന്ന അതിഥിപ്പക്ഷികൾ.

അവയുടെ ചിറകുകൾക്കും സ്വർണനിറം.

മെല്ലെ ബാലാർക്കൻ ആകാശത്തിന്റെ ഉന്നതിയിലേക്കു ചലിച്ചു തുടങ്ങവേ അരുണവർണം പൂശി നിൽക്കുന്നതു ഗംഗയിലെ ഘാട്ടു

കളാണ്. പ്രഭാതകിരണങ്ങൾ ഏറ്റുവാങ്ങി ഞാൻ പടികൾ ഇറങ്ങി.

പ്രഭാതത്തിൽ നടത്തുന്ന ഏറെ കാഴ്ചക്കാരില്ലാത്ത ഗംഗാ ആരതി ഘാട്ടിന്റെ ഒരു ഭാഗത്ത് ആരംഭിക്കാനുള്ള ഒരുക്കത്തിലാണ് പുരോഹിതർ.

കൈയ്യിലെ പേഴ്സ് ലല്ലയെ ഏൽപ്പിച്ചു.

പടിയിൽ ഷൂസ് അഴിച്ചുവെച്ചു വെള്ളത്തിലേക്കിറങ്ങി

കുറച്ചു പേർ കുളിക്കുന്നു.

ചുരിദാർ മുട്ടോളം ഉയർത്തി അല്പം കൂടി താഴേക്ക്.

ഗംഗാ സ്പർശം.

അമ്മയുടെ സ്പർശം...

തണുത്ത ജലം കാലിൽ പൊതിയുമ്പോൾ അങ്ങ് ഹിമാലയ ത്തിലെ ഗോമുഖിൽ ഒരു ഗുഹയുടെ ഉള്ളിൽനിന്നും രൂപപ്പെടുന്ന പ്രവാഹത്തെ, ചെറു നീരുറവയായ തീർത്ഥും പരിശുദ്ധയായ ദേവ ഗംഗയെ ധ്യാനിച്ചു. കുനിഞ്ഞ് ഒരു കൈക്കുടന്ന ജലമെടുത്ത് പ്രാർത്ഥനയോടെ സ്വയം ശുദ്ധി വരുത്തി. പിന്നീട് ഒരു കൈക്കുടന്ന ജലം പിതൃക്കളെ സ്മരിച്ച് ഗംഗയിലേക്ക് അർപ്പിച്ചു. ഇനിയും ഒരു തർപ്പണം, മകൾ അമ്മയ്ക്കെന്ന മട്ടിൽ ഗംഗാദേവിക്കു സമർപ്പിച്ചു.

പച്ച നിറത്തിലുള്ള ജലം.

ഉപരിഭാഗത്ത് പൂക്കളോ പ്ലാസ്റ്റിക്കോ ഒന്നും കാണാനില്ല.

പറഞ്ഞു കേട്ട ഗംഗ ഇതായിരുന്നില്ല, മാലിന്യവാഹിനി ആയിരുന്നു അവൾ, എന്നാൽ ഇന്ന് പുറമേക്ക് അത്തരം മാലിന്യങ്ങൾ ഒന്നും കാണാനില്ല. ഞാൻ സൂര്യദേവനെ നോക്കി, ഗംഗയെ നോക്കി പ്രാർത്ഥിച്ചു.

ദേവി സുരേശ്വരി ഭഗവതി ഗംഗേ
ത്രിഭുനതാരിണി തരല തരംഗേ
ശങ്കരമൗലി വിഹാരിണി വിമലേ മമ മതി
രാസ്താം തവ പദകമലേ...

ശങ്കരാചാര്യരും മനസ്സിലേക്ക്... ആദി ഗുരുവിനു നമസ്ക്കാരം പറഞ്ഞ്,

ഗംഗയേ നമഃ
ഗുണൈകസിന്ധവേ നമഃ

ഓം നമഃശിവായ എന്നു ജപിച്ച് ഞാൻ തിരികെ നടന്നു.

മൂന്ന്
വിശ്വനാഥനരികിലേക്ക്

കാശി വിശ്വനാഥക്ഷേത്ര ദർശനമാണിന്നു പ്രധാനം.

വായിച്ചറിവും അതിനേക്കാൾ കേട്ടറിവുമാണ് കാശി വിശ്വനാഥനെക്കുറിച്ച് എനിക്കുള്ളത്. കേട്ട കഥകളിൽ കാശി എന്ന വാക്കിനപ്പുറം ചരിത്രം കടന്നുവന്നിട്ടില്ല, ഭക്തി മാത്രമായിരുന്നു കാശി.

മനുഷ്യജീവന്റെ പരമമായ മോക്ഷപഥം കാശിയിൽ ആരംഭിക്കുന്നു എന്ന വിശ്വാസം. അങ്ങനെഅതൊരു വികാരമായി, ഒരു മന്ത്രമായി ഉള്ളിൽ സ്വയമറിയാതെ കടന്നു വന്നു. എന്നാൽ പിന്നീട് കാശിയെക്കുറിച്ചറിയാൻ ഞാൻ കൂടുതൽ വായിച്ചു, കാശി സന്ദർശിച്ചവരുമായി സംസാരിച്ചു, ഇപ്പോൾ ഞാനും അതേ കാശിയിലാണ്, എന്നാൽ ഒരു വിരോധാഭാസം എന്തെന്നാൽ, എനിക്കു മുന്നിൽ ഇനി കാശിയെക്കുറിച്ചു പറഞ്ഞു തരാനുള്ളത് കൗമാരം കടന്ന ലല്ലയാണ് എന്നതാണ്.

ലല്ലയോടൊപ്പം നടക്കുമ്പോൾ ഞാൻ ചോദിച്ചു കാശി നഗരത്തെക്കുറിച്ച്, അവൻ കുറേ കഥകൾ പറഞ്ഞുതന്നു.

മോക്ഷകവാടമായിട്ടാണ് കാശിനഗരം അറിയപ്പെടുന്നത്.

ഗംഗയുടെ തീരത്ത് സ്വർണം പൊതിഞ്ഞ ശ്രീകോവിലിനുള്ളിൽ മഹാദേവനുണ്ട്. ആ മഹാദേവൻ, സംഹാരരുദ്രനല്ല, മറിച്ച് ജ്ഞാനദേവനും ഗുരുവും രാജരാജേശ്വരനുമാണ്.

കാശിയുടെ പ്രത്യേകതയാണത്.

അതായത്, ഇവിടെ വെച്ച് ദേഹി ദേഹം വെടിയുമ്പോൾ, അതിനും മുൻപായി ആത്മാവ് പഞ്ചഭൂതങ്ങൾക്കുമപ്പുറം സത്യജ്ഞാനത്തെ അറിയും. ശിവന്റെ ത്രിശൂലത്തിന്റെ നടുവിലാണു കാശിയുടെ സ്ഥാനം. ഏതു പുണ്യനഗരത്തിൽ വച്ചു ദേഹി ദേഹം വെടിഞ്ഞാലും മോക്ഷം ലഭിക്കാൻ ആത്മാവ് കാശിയിൽ എത്തിച്ചേരുക

തന്നെ ചെയ്യും.

പന്ത്രണ്ടു ജ്യോതിർലിംഗങ്ങളിൽ* (അനുബന്ധം കാണുക) ഒന്നാണു കാശി.

പരമപ്രകാശത്തിന്റെ പ്രതിരൂപമാണ് ഇവിടം എന്നുകൂടി ഓർക്കാം. കാശിയിലെ പ്രതിഷ്ഠ എന്നു സംഭവിച്ചു എന്നതിനു കണക്കു കൃത്യമായിട്ടില്ല. എന്നാൽ അനവധി ആക്രമണങ്ങളെ അതിജീവിച്ചതാണ് ഈ ക്ഷേത്രം എന്നു പറയാതെ വയ്യ. ഏതാണ്ട് അഞ്ചിടങ്ങളിൽ പ്രതിഷ്ഠിച്ച ശേഷം ഒടുവിൽ ഇവിടെ എത്തിയതാണ് എന്നും കരുതുന്നുണ്ട്.

സ്വയംഭൂ ആണ് ഇവിടുത്തെ ശിവലിംഗം.

പത്താം നൂറ്റാണ്ടിൽ ക്ഷേത്രത്തിനു നേരെ വലിയ ആക്രമണമുണ്ടായി. പതിനേഴാം നൂറ്റാണ്ടിലും ഔറംഗസേബിന്റെ നേതൃത്വത്തിൽ ആക്രമണമുണ്ടായി. മുഗൾ ചക്രവർത്തി ക്ഷേത്രത്തിനോടു ചേർന്നു പള്ളി നിർമ്മിച്ചു. പിന്നീട്, തകർച്ചയിൽ നിന്നും ക്ഷേത്രത്തിനു പുതുജീവൻ നൽകിയതു രണ്ടു പേരാണ്.

1780-ൽ അഹല്യാ ബായ് ഹോൽക്കർ ക്ഷേത്രം പുതുക്കിപ്പണിതു ഒപ്പം ഇപ്പോൾ കാണുന്ന ഗോപുരങ്ങൾ ഉൾപ്പെടെ നിർമ്മിച്ചു. 1839-ൽ മഹാരാജ രഞ്ജിത് സിംഗ് 920 കിലോ സ്വർണം ഉപയോഗിച്ച് ഗോപുരങ്ങൾ സ്വർണം പൊതിഞ്ഞു. ഇന്നിപ്പോൾ ആയിരം കോടി രൂപയുടെ കാശീ ധാം പ്രോജക്റ്റ് കൂടി പൂർത്തിയാകുന്നതോടെ കാശിയുടെ പ്രതാപം വീണ്ടും വർദ്ധിക്കും.

കാശിയെക്കുറിച്ചുള്ള ഈ അറിവുകൾ ലല്ലയിൽ നിന്നറിഞ്ഞു.

എന്നാൽ അത്തരം കേവല വിവരങ്ങൾക്കുള്ളിൽ കാശി എന്ന വിസ്മയത്തെ ഒതുക്കാനാകില്ല. എത്ര ചരിത്രപരമായ വിവരങ്ങൾ ശേഖരിച്ചുവെന്നിരിക്കിലും എത്ര യാത്രാവിവരണങ്ങൾ വായിച്ചുവെന്നിരിക്കിലും കാശിയെ മനസ്സിലാക്കാൻ അവയൊന്നും പര്യാപ്തമല്ല.

ഒരു കാഴ്ചയിൽ അറിയാനുമാകില്ല.

ഒരു ശില്പത്തെ പല കോണുകളിൽ നിന്നും നോക്കിക്കാണുന്നതുപോലെ കാശി എന്ന നഗരത്തെ, അതിന്റെ സംസ്കൃതിയെ പല മട്ടിൽ നോക്കിക്കാണാം.

ദൈവമില്ലെന്നു പറയുന്നവർക്കും പക്ഷേ, കാശി ഒരു അത്ഭുതമായിത്തീരും എന്നുറപ്പാണ്. എനിക്കു കാശിയും വിശ്വനാഥനും തലമുറകൾ കൈമാറി വന്ന വലിയ വിശ്വാസത്തിന്റെ തുടർച്ചയാണ്. എന്റെ അനന്തര തലമുറകളിലേക്കും ആ വിശ്വാസവും വികാരവും

ഞാൻ കൈമാറുക തന്നെ ചെയ്യും.

അതെന്റെ കടമയാണ്.

എനിക്കു മുന്നേ കടന്നു പോയവർക്കു വേണ്ടിയാണ് ഇപ്പോൾ ഞാൻ വിശ്വനാഥനു മുന്നിൽ എത്തുന്നത്.

കണ്ണു തുറന്നിരിക്കുമ്പോഴും ഹൃദയത്തിൽ പഞ്ചാക്ഷരി നിറച്ചു ഞാൻ തിരക്ക് ആരംഭിച്ചു കഴിഞ്ഞ ഇടുങ്ങിയ ഗലികളിലൂടെ നടന്നു. ലല്ല മുന്നിലുണ്ട്.

പൂജാസാമഗ്രികൾ നിറഞ്ഞ കടകൾ ക്ഷേത്രസാമിപ്യം വിളിച്ചോതി. പൂക്കൾ, മാലകൾ അങ്ങനെ പലവിധ പൂജാദ്രവ്യങ്ങൾ നിറഞ്ഞ വഴിയോരക്കടകൾ. എന്നെ അവൻ പൂജാദ്രവ്യങ്ങൾ വിൽക്കുന്ന ഒരു കടയുടെ മുന്നിൽ നിർത്തി.

ചിലതു ചെയ്യേണ്ടതുണ്ട്.

രണ്ടു രീതിയിൽ വിശ്വനാഥനെ വണങ്ങാം, ഒന്ന് സാധാരണ ക്യൂവിൽ നിൽക്കുക, മൂന്നോ നാലോ മണിക്കൂർ കാത്തുനിന്നു ദർശനം നേടാം. അടുത്തത് ഐഡി പ്രൂഫും 300 രൂപയും ഒരു രജിസ്റ്റേഡ് പണ്ഡിറ്റിനെ ഏൽപ്പിക്കുക. അദ്ദേഹത്തിന് ഒരു ചെറിയ ഫീസ് നൽകി അര മണിക്കൂറിലേറെ ക്യൂവിൽ നിൽക്കാതെ തൊഴുതു മടങ്ങുക.

സത്യത്തിൽ എനിക്കാഗ്രഹമുണ്ട്, ദശാശ്വമേധ ഘാട്ടിലിറങ്ങി ഒഴുകുന്ന ഗംഗയിൽ മൂന്നുവട്ടം മുങ്ങി നിവർന്ന് ഒരു കുടന്ന ഗംഗാതീർത്ഥവുമായി വിശ്വേശ്വരനെ അഭിഷേകം ചെയ്തു തൊഴുതു മടങ്ങണമെന്ന്.

പക്ഷേ, ആ കാലം എന്നോ കടന്നുപോയിരിക്കുന്നു. ഗംഗാജലം കൊണ്ട് അഭിഷേകം ഇന്നും സാധിക്കും, പാലും, ഗംഗാജലവും കടയിൽ നിന്നും വാങ്ങി കൊണ്ടുപോയി അഭിഷേകത്തിനു നൽകാം. പക്ഷേ, അന്നേ ദിവസം വിഐപി സന്ദർശനമുള്ളതിനാൽ ദർശനത്തിനായി എത്ര സമയം കാത്തു നിൽക്കേണ്ടി വരും എന്ന കാര്യത്തിൽ നിശ്ചയമില്ലാതിരുന്നതിനാൽ ഞാനതിനു ശ്രമിച്ചില്ല.

തൽക്കാലം ഒന്നു തൊഴുതു മടങ്ങുക.

അത്രയും സാധിക്കും.

അത്രയും തന്നെ വലിയ പുണ്യം.

ഒരു പക്ഷേ, കുറച്ചു വർഷങ്ങൾകൂടി പിന്നിടുമ്പോൾ ഗംഗയിൽ മുങ്ങി വിശ്വനാഥനെ കാണാനുള്ള സൗകര്യം ഉണ്ടാകുമായിരിക്കും, കാരണം ഇപ്പോൾത്തന്നെ നാന്നൂറു മീറ്റർ ദൂരത്തിൽ കാശി ധാം ഇടനാഴിയുടെ നിർമാണം ഏറെക്കുറെ പൂർത്തിയായിക്കഴിഞ്ഞു.

മണ്ണാങ്കട്ടയും കരിയിലയും

പഴയകാല വിശ്വനാഥ ക്ഷേത്രമല്ല ഇന്നു മുന്നിൽ. പക്ഷേ, നില വിലെ പല ഘട്ടങ്ങളിലുള്ള സുരക്ഷാ പരിശോധനകൾ അത്യാവ ശ്യമാണെന്നിരിക്കേ അത്തരം ആഗ്രഹങ്ങൾക്ക് കൂടുതൽ കാത്തി രിക്കേണ്ടി വന്നേക്കാം.

സുരക്ഷാപരിശോധനകൾ കഴിഞ്ഞ്, മൊബൈൽ ഫോൺ കൈ യ്യിലില്ല എന്ന് പലവട്ടം ഉറപ്പുവരുത്തിയ ശേഷം ക്ഷേത്രത്തിൻ ക്കെട്ടിലേക്കു പ്രവേശനം ലഭിച്ചു. പണ്ഡിറ്റ്ജിയുടെ മൊബൈലും ക്ഷേത്ര കവാടത്തിനകത്തുള്ള പ്രത്യേക കൗണ്ടറിൽ സൂക്ഷിക്കേ ണ്ടതുണ്ട്. ശ്രീകോവിലിനടുത്തേക്ക് ഒരു കാരണവശാലും മൊ ബൈൽ അനുവദിക്കില്ല.

ക്ഷേത്രത്തിനുള്ളിലേക്ക് കടക്കുമ്പോൾ വിശാലമായ കോറി ഡോർ ആണു മുന്നിൽ. മാർബിൾ നിലം, ഇളം പിങ്ക് മാർബിൾ ചുമരുകൾ, ഭംഗിയുള്ള നിർമ്മിതി. ഇടനാഴിയിലൂടെ നടന്ന് ഞാൻ പണ്ഡിറ്റിനു പിന്നാലെ വീണ്ടുമുള്ള സുരക്ഷാപരിശോധനകൾ പൂർത്തിയാക്കി ക്ഷേത്രാങ്കണത്തിലെത്തി. തീർന്നില്ല, ഒരു ഘട്ടം വനിതാ പോലീസിന്റെ വക ദേഹപരിശോധന കൂടി കഴിഞ്ഞാണ് ശ്രീകോവിലിനരികിലേക്ക് എത്തിയത്.

അവിടെ ഒരു ചെറിയ ക്യൂവിലേക്കു പണ്ഡിറ്റ്ജി എന്നെ നയിച്ചു.

പെട്ടെന്ന് കൂടുതൽ പോലീസുകാർ ശ്രീകോവിലിനു സമീപം എത്തി. തോക്കേന്തിയ പട്ടാളക്കാരും. അധികം വൈകാതെ വിഐപി ആഗതനായി. കേന്ദ്ര റെയിൽവേ മന്ത്രി പീയൂഷ് ഗോയൽ ആണ് എത്തിയിരിക്കുന്നത്.

കൂടെ കുറച്ചു പേർ ഒപ്പമുണ്ട്.

വലിയ സമയമെടുക്കാതെ അവർ ദർശനം പൂർത്തിയാക്കി.

എന്റെ മുന്നിൽ ആന്ധ്രയിൽ നിന്നുള്ള ഒരു ഗ്രൂപ്പാണ്. കാത്തു നിൽപ്പിന്റെ വേളയിൽ മുടി മൊട്ടയടിച്ച് ചന്ദനം പൂശിയ യുവതി മനോഹരമായി ശിവസ്തുതികൾ പാടി. ഞാനും അതു ശ്രദ്ധിച്ച് അവർക്കു പിന്നിൽ നിലകൊണ്ടു.

ക്രമേണ എന്റെ ക്യൂ മുന്നോട്ടു നീങ്ങി.

സാദാ ക്യൂ ക്ഷേത്രാങ്കണം വിട്ടു പുറത്തേ തെരുവിലേക്കു നീണ്ടു കിടക്കുകയാണ്. ഒരു പക്ഷേ, ഉച്ചയോടെ മാത്രമേ അവർക്കു ദർ ശനം സാധ്യമാകൂ എന്നെനിക്കു തോന്നി. കാത്തുനിൽപ്പു നീണ്ട പ്പോൾ ഞാൻ തെല്ലൊരക്ഷമയോടെ മെല്ലെ നീങ്ങുന്ന ക്യൂവിൽ ചുറ്റുപാടും നോക്കി നിന്നു.

ഒരു മണ്ഡപം ശ്രീകോവിലിന്റെ കിഴക്കുദിക്കിലായി ഉണ്ട്.

കുറേ പേർ അവിടെ ചാരി നിൽപ്പുണ്ട്.

സ്വർണം പൂശിയ രണ്ടു താഴികക്കുടങ്ങൾ കാണാം.

ഇനി അധികം ദൂരമില്ല, അഞ്ചോ പത്തോ പേർ മാത്രം.

എന്റെ നെഞ്ചു പിടച്ചു.

കണ്ണു നിറഞ്ഞു.

ശരീരം വിറച്ചു.

ഞാൻ കാത്തു കാത്തിരുന്ന ദർശനം ഇതാ സംഭവിക്കാൻ പോകുന്നു. നിറഞ്ഞ കണ്ണൊന്നു തുടച്ച മാത്രയിൽ അതാ സ്വർണം പൂശിയ വാതിലിനകത്ത് നിലത്തു താഴെയായി വിശ്വേശരൻ!

തലമുറകളായി കാത്തിരുന്ന കാഴ്ച.

എനിക്കു ജന്മം നൽകിയ, എന്നെ ഞാനാക്കിയ പെണ്ണുങ്ങളുടെ, ഒരിക്കലും കണ്ടിട്ടില്ലാത്ത അവരെല്ലാവരേയും ഓർത്തു. അവർക്കു വേണ്ടിയാണു ഞാൻ ഇവിടെ ഇങ്ങനെ.

ഒരു നോട്ടമാണു കണ്ടത്.

പിന്നാലെ ധാരാളം മനുഷ്യർ ദർശനത്തിനായി കാത്തു നിൽക്കുന്നു. ഒരു നിമിഷമെന്നത് പല തലമുറകളോളം വലുതാകുന്നതായി ഞാനറിഞ്ഞു.

കാലമെന്ന പ്രഹേളിക മനുഷ്യർക്കിന്നും പിടി തരാതെ നില കൊള്ളുമ്പോൾ, ഞാനൊരു ജന്മാന്തര കർമസാക്ഷാത്ക്കാരത്തിനു ശേഷം മുന്നോട്ടു നടക്കുകയായിരുന്നു. ഞാനും കണ്ടു. ഞാനും തൊഴുതു. വിശ്വേശരനു പാലഭിഷേകം നടക്കുകയായിരുന്നു.

ഒന്നും പ്രാർത്ഥിച്ചില്ല.

അങ്ങനെ യാതൊന്നും മനസ്സിലേക്കു കടന്നുവന്നില്ല.

ഒരു നിമിഷം കണ്ടു.

അടുത്ത നിമിഷം കണ്ണടച്ചു തൊഴുതു.

ഈശ്വരാ എന്നൊരു ചിന്ത മാത്രം മനസ്സിൽ.

ഞാൻ മുന്നോട്ടു നടന്നു.

കണ്ടതു മനക്കണ്ണിലുണ്ട്.

ഇനിയുള്ളതൊക്കെയും നിഷ്പ്രഭമാണ്.

യാത്രയുടെ ഉദ്ദേശ്യം നിറവേറ്റിയിരിക്കുന്നു.

ചുറ്റും ആരെയും കണ്ടില്ല.

ഒന്നിനേയും ശ്രദ്ധിച്ചില്ല.

കുറച്ചു നേരം തിരക്കിൽ നിന്നു മാറി നിലത്തു ധ്യാനിച്ചിരുന്നു. അപ്പോഴും മനസ്സിൽ മറ്റൊന്നും കടന്നു വന്നില്ല. തീർത്തും ചിന്താരഹിതയായി കുറച്ചു നേരം.

ഞാൻ വരുന്നതും കാത്ത് പണ്ഡിറ്റ്ജീ കാത്തുനിന്നു.

അദ്ദേഹം എന്റെ നെറ്റിയിൽ വിശാലമായി കുറി വരച്ചു. ഒരു ഹാരം കഴുത്തിലിട്ടു തന്നു. എന്റെ കണ്ണു നിറഞ്ഞിരുന്നു, വിശാലമായ കാഴ്ചകൾ കാണാൻ മാത്രം എന്റെ ഹൃദയം വിശാലമാണോ എന്നു ഞാൻ ഭയന്നിരുന്നു.

സാഫല്യത്തിൽ മറ്റു കാഴ്ചകൾക്കൊന്നും ഇനി പ്രാധാന്യമില്ല.

ജന്മജന്മാന്തരങ്ങളായി കൊതിച്ചത് ദാ ഇവിടെ സാധ്യമാകുകയാണ്. അത്രകാലവും ഞാനൊരു ഭീരുവായിരുന്നു. വിശ്വേശ്വരൻ ലോകനായകൻ എന്റെ ഭയത്തെ അവിടുന്ന് എടുത്തു മാറ്റിയിരിക്കുന്നു.

കാശി എന്നത് കേരളത്തിൽ നിന്നും എത്ര അകലെയാണ്, ഇത്ര യാത്രാ സൗകര്യങ്ങൾ ചിന്തിക്കാൻ പോലും സാധിക്കാത്ത കാലത്ത്, ഈ ഗംഗാ തീരത്തേക്കു മനുഷ്യർ മോക്ഷാർത്ഥികളായി എത്തിയിരുന്നുവെങ്കിൽ ഉറപ്പാണ്, കാശിയുടെ ഖ്യാതി നൂറ്റാണ്ടുകൾക്കു മുന്നേ ലോകം തിരിച്ചറിഞ്ഞിരുന്നു.

ഇപ്പോളിതാ എന്റെ നിയോഗവും നിറവേറ്റിയിരിക്കുന്നു.

ഇനി മടങ്ങാം.

ഒന്നുണ്ട്, ഇനി ഒരു കാഴ്ചയും ഇതിലേറെ എന്നെ ഭ്രമിപ്പിക്കില്ല.

അവിടെ ചമ്രം പടിഞ്ഞിരുന്ന് വർഷങ്ങൾക്കു മുൻപ് രാമേശ്വരനെ ഗർഭഗൃഹത്തിനു തൊട്ടടുത്തു നിന്നു തൊഴുതു നമസ്ക്കരിച്ചതു സ്മരിച്ചു.

കാശിയും രാമേശ്വരവും തൊഴുതു കഴിഞ്ഞു.

ജീവിതത്തെ ഇനി നിർമമതയോടെ സ്വീകരിക്കാം.

അലകളില്ലാത്ത തടാകമായി മാറാം.

ജഗദീശ്വരനോടു നന്ദി പറഞ്ഞ് ഞാൻ എഴുന്നേറ്റു.

നാല്
പുണ്യനദി ഗംഗ

വിശ്വനാഥനു മുന്നിൽ നിന്നും പുറത്തുകടക്കും മുൻപ് അവിടുത്തെ കാഴ്ചകൾ അല്പം നേരം കൂടി കണ്ടു നിന്നു. ഇപ്പോൾ പ്രതിഷ്ഠിച്ചിരിക്കുന്ന ശിവലിംഗം കണ്ടെടുത്ത കിണർ എനിക്ക് പണ്ഡിറ്റ് ജി കാട്ടിത്തന്നു.

പിന്നെ ഉപദേവതകളെ തൊഴുതു.

ഇനി മടക്കം.

പുറത്തിറങ്ങി ആകെ മറച്ചുകെട്ടിയ ഗ്യാൻവ്യാപി മസ്ജിദും, അതിനിടയിലെ വിടവിലൂടെ കണ്ട മുൻപു നിലനിന്നിരുന്ന ക്ഷേത്രാവശിഷ്ടങ്ങളും കണ്ടു. അതൊരു ഗംഭീര നിർമിതി ആയിരുന്നിരിക്കണം. അവശേഷിപ്പുകൾ അതു വിളിച്ചു പറയുന്നുണ്ട്.

കൂട്ടംകൂടി നിൽക്കുന്ന പോലീസുകാർക്കിടയിലൂടെ പുറത്തേക്ക് നടന്നു. പണ്ഡിറ്റ് ജി മടങ്ങി.

ഇനി വീണ്ടും കൂട്ട് ലല്ല തന്നെ.

വിശക്കുന്നു.

സമയം ഒമ്പതര കഴിഞ്ഞിരിക്കുന്നു.

എന്തെങ്കിലും കഴിച്ച് ഗംഗാ തീരത്തേക്കു പോകണം. ഇന്ന് രാവു വൈകുവോളം കാഴ്ചകൾ കാണണം. അപ്പോൾ തളർച്ച അതിനു തടസമാകരുത്. ഒരു ചായ കുടിക്കണം. ഞാൻ ലല്ലയോടു കാര്യം പറഞ്ഞു. എന്നെ വഴിയരികിലെ ഒരു ഭക്ഷണ വിൽപ്പനക്കാരന്റെ അടുത്തേക്ക് അവൻ നയിച്ചു.

ചന്ന കച്ചോരിയാണ് അയാളുടെ ചെറിയ തട്ടിൽ ഉള്ളത്.

നല്ല ചൂട് കച്ചോരി സബ്ജി കൂട്ടിക്കഴിക്കാൻ നല്ല രുചി.

വഴിവക്കിൽ തിരക്കിനിടയിൽ നിന്നാണ് ഭക്ഷണം കഴിച്ചത്.

ഒരു ചെറിയ ഇലപ്പാത്രത്തിലെ ഭക്ഷണം വയറുനിറച്ചു.

ലല്ല തൊട്ടടുത്ത ചായക്കാരനോട് ഒരു മസാല ടീയും പറഞ്ഞു

കഴിഞ്ഞു. വെറും മുപ്പതു രൂപയ്ക്ക് പ്രഭാതഭക്ഷണം തരമായപ്പോൾ ഞാൻ അതിശയിച്ചു.

ഞങ്ങൾ ഗംഗാഘാട്ടിലേക്കു യാത്രയായി.

തിരക്ക് തുടങ്ങിയിരിക്കുന്നു.

പല ദേശക്കാർ പല ഗലികളിൽ നിന്നായി ഒരൊറ്റ വഴിയിലേക്കു വന്നു ചേരുമ്പോൾ, ഗംഗയിലേക്കുള്ള വഴിയും ഗംഗയെപ്പോലെ എന്നാണെന്നിക്കു തോന്നിയത്.

അനേകം കൈവഴികൾ ഒത്തുചേർന്ന് മഹാനദിയായി മാറുന്ന പോലെ, അനേകം വഴികൾ ഒരേ വഴിയിൽ വന്നുചേർന്ന് ആ വഴി മഹാനദിയിലേക്കു ചെന്നുചേരുന്ന കാഴ്ച!

തിക്കിലും തിരക്കിലും പെട്ടും പെടാതെയും വഴിയോരക്കച്ചവടക്കാരാൽ സജീവമായ വഴിയിലൂടെ ലല്ലു ബൈക്ക് പായിച്ചു. ഞാൻ കാഴ്ചകൾ കണ്ട് പിന്നിലുണ്ട്. അങ്ങനെ, പൂജാ സാധനങ്ങൾ നിറഞ്ഞ കടകൾക്കിടയിലൂടെ ഞങ്ങൾ ഗംഗയുടെ സമീപത്തേക്ക് എത്തുകയായി.

കാശിയിൽ വന്നെത്തുന്നവർക്ക് അതിശയം തോന്നുന്ന ഒരു കാഴ്ച ഇവിടുത്തെ ഇടുങ്ങിയ ഗലികളും, അതിന്റെ അതിരുകളായി നിലകൊള്ളുന്ന പുരാതന കെട്ടിടങ്ങളിലെ ചുമരുകളിൽ വരച്ചിരിക്കുന്ന ചിത്രങ്ങളുമാണ്. പുരാണകഥാപാത്രങ്ങളാണ് ചിത്രങ്ങളിൽ അധികവും. ഇടയ്ക്കു ചില കാർട്ടൂൺ കഥാപാത്രങ്ങളേയും കണ്ടു.

ഇടുങ്ങിയ വഴികളിലൂടെ സഞ്ചരിക്കുമ്പോൾ, ഈ മതിൽച്ചിത്രങ്ങൾ ആ യാത്രയുടെ ആകർഷകത്വം കൂട്ടുന്നു. വിടർന്ന കണ്ണുകളോടെയല്ലാതെ ആർക്കും ആ യാത്ര കണ്ടു തീർക്കാനാകില്ല.

പുലർച്ചെ വന്നിറങ്ങിയ അതേ ദശാശ്വമേധ ഘാട്ടിലേക്കാണ് നമ്മൾ ചെന്നു കയറുന്നത്. അതികാലത്തു വരുമ്പോൾ ഗംഗാ തീരം ഉണരുന്നതേ ഉണ്ടായിരുന്നുള്ളൂ. അപ്പോഴാണ് ഗംഗയെ ഞാനാദ്യം കണ്ടത്. ആദ്യമായി സ്പർശിച്ചതും. ഇപ്പോൾ അതേ കടവിൽ നിറയെ തീർത്ഥാടകർ. ഞാൻ പടിയിറങ്ങുമ്പോൾ, ഒരു കൊച്ചു പരമശിവൻ പടി കയറി വരുന്നു. കഴുത്തിൽ രുദ്രാക്ഷവും റബ്ബർ കൊണ്ടുള്ള നാഗവും.

തലയിലെ മുടിക്കെട്ടിൽ ഒരു ചന്ദ്രക്കല.

ആകെ നീലച്ചായം.

ചുമന്ന ചുണ്ട്, കരി കൊണ്ടു കറുപ്പിച്ച കണ്ണും പുരികവും, ഒപ്പം ഒരു മീശയും. അവൻ എന്നെ നോക്കിച്ചിരിച്ചു.

വേഷത്തിൽ പരമശിവന്റെ ഗാംഭീര്യമുണ്ടെങ്കിലും, മുഖത്തു

വിടർന്ന ചിരിയിൽ ഒരു ഏഴു വയസ്സുകാരൻ കുഞ്ഞിന്റെ നിഷ്കളങ്കത. സാക്ഷാൽ പരമശിവൻ കണ്ടുവെങ്കിൽ ഉറപ്പായും അവനെ വാരിയെടുത്തു മടിയിലിരുത്തിയേനെ. ഞാനൊരു ചില്ലറത്തുട്ടും, തലേന്നു വാങ്ങി പേഴ്സിലിട്ടിരുന്ന ചെറിയ കാഡ്ബെറീസും അവനു നീട്ടി. അവന്റെ മുഖത്തെ നുണക്കുഴി തെളിഞ്ഞു അപ്പോൾ. ഞാനും ചിരിച്ചു. ഹർഹർ മഹാദേവ് എന്ന അവൻ ചൊല്ലിയ ആശീർവാദം എനിക്കു പിന്നിൽ ചിതറി വീണു.

മുന്നിലേക്ക്, അവിടെയാണു ഗംഗ.

ഘാട്ടിൽ അടിഞ്ഞു കയറുന്ന ചെളിനീക്കം ചെയ്യുന്നവർക്കിടയിലൂടെ, മുങ്ങിക്കുളിച്ചു വസ്ത്രം മാറുന്നവർക്കിടയിലൂടെ, കുളിക്കാൻ ഒരുങ്ങുന്നവർക്കിടയിലൂടെ, പുരോഹിതനു മുന്നിലിരുന്നു ചൊല്ലിക്കേട്ട മന്ത്രം ആവർത്തിക്കുന്നവർക്കിടയിലൂടെ, പാൻവാലകൾക്കിടയിലൂടെ ലല്ലയുടെ പിന്നാലെ ഞാൻ നടന്നു.

അവൻ എന്നെ കൈകാട്ടി വിളിച്ചു.

ഇനി നമ്മൾ ഗംഗയിലൂടെ യാത്ര ചെയ്യാൻ ഒരുങ്ങുകയാണ്.

എൺപത്തെട്ടു ഘാട്ടുകൾ ഉണ്ടിവിടെ ഈ വാരാണസിയിൽ.

അവയെ ഗംഗയിൽ ഇരുന്നു കാണുക.

അതാണ് അടുത്ത ഘട്ടം.

കടലുപോലെ ഗംഗ!

മറുകര ഞാൻ കണ്ടില്ല.

മറുകരയെന്ന മട്ടിലൊരു വലിയ മണൽപ്പരപ്പു ഞാൻ കണ്ടു.

ഗംഗ അതിലും വിശാലമാണ്.

അവൾ പരമാവധിയിൽ ഒഴുകുകയാണ്. ഇതേ ഗംഗയാണല്ലോ പരമശിവനെ ഒഴുക്കിക്കളയാം എന്ന മോഹവുമായി ആ ജടയിലേക്ക് കുസൃതിച്ചിരിയുമായി പതിച്ചതും, മഹേശ്വരന്റെ ജടയിൽ അകപ്പെട്ടതും അതേ മഹേശ്വരന്റെ പ്രണയഭാജനമായി മാറിയതും.

അതേ ഗംഗയാണു മുന്നിൽ.

പച്ച നിറത്തിലാണു ജലം.

പുലർച്ചെ ഞാൻ കണ്ട ഗംഗയല്ല ഇപ്പോൾ.

പുലർച്ചെ ഞാൻ കണ്ടത് ബാലാർക്കപ്രഭയിൽ മുങ്ങി ഉയരുന്ന ഗംഗയെ ആയിരുന്നു. ഇപ്പോൾ അഭയ വരദായിനിയായ അമ്മയാണ്. വരൂ എന്നാണവൾ വിളിക്കുന്നത്. എന്താണിത്ര വൈകിയതെന്നവൾ ഓളങ്ങൾ കൊണ്ടു തൊട്ടുതലോടി ചോദിക്കുന്നു.

ഞാൻ ലല്ല പറഞ്ഞ വള്ളത്തിലേക്കു കയറി.

ഗംഗ, അതിവിശാലമായ ഗംഗ!.

ആവേശത്തിര എന്നിൽ നുരഞ്ഞുപൊങ്ങുന്നുണ്ട്.

വഞ്ചികൾ നിറഞ്ഞ കടവ്, മോട്ടോർ ബോട്ടു തന്നെവേണം ഗംഗ കുറുകേ കടക്കാൻ. എനിക്ക് എല്ലാ ഘാട്ടുകളും കാണണം അതിനാൽ മോട്ടോർ ബോട്ടാണു തിരഞ്ഞെടുത്തത്. ഗംഗയുടെ പ്രവാഹശക്തി നേരിടാൻ വെറും തുഴകൊണ്ടാവില്ല.

ദേഹീദേഹബോധം വിട്ടൊരു യാത്രയാണു കാശിയിൽ നടത്തേണ്ടത്. മറ്റൊരു ചിന്തയ്ക്കും സ്ഥാനമില്ല. ശരീരത്തിലേക്കു കടന്നുവരുന്ന വാർദ്ധക്യമോ, ജരാനരകളോ, ശാരീരിക അവശതകളോ, മടങ്ങിച്ചെന്നാൽ ചെയ്തുതീർക്കേണ്ട കർമ്മബാധ്യതകളോ മനസ്സിനെ സ്വാധീനിക്കരുത്.

ഗംഗയിപ്പോൾ കേട്ടറിഞ്ഞപോലെ മാലിന്യവാഹിനിയായി തോന്നിയില്ല. ഓളപ്പരപ്പിൽ മാലിന്യങ്ങൾ ഇല്ലെന്നു പറയാം. അതൊക്കെ ശേഖരിച്ചു മാറ്റാൻ സംവിധാനമുണ്ട്. ഘാട്ടിൽ ചെളിവെള്ളം അടിച്ചു കഴുകിക്കളയുന്നുണ്ട്. എന്നാലും മനുഷ്യരല്ലേ, നിരന്തരം വന്നു നിറയുന്ന മനുഷ്യർ കുറഞ്ഞ പക്ഷം ഘാട്ടുകളിലെങ്കിലും മാലിന്യം അവശേഷിപ്പിക്കും.

എല്ലാ മാലിന്യവും അടിയുന്നതോ അതേ ഗംഗയിൽ.

അമ്മയാണ്, അപ്പോൾ സർവം സഹിക്കുമെന്ന മനുഷ്യന്റെ ചിന്തയാണ് ഏതൊരു നദിയേയും മലിനപ്പെടുത്തുന്നത്.

സത്യത്തിൽ ഗംഗയോട് ഭയമായിരുന്നു അത്ര സമയവും എനിക്ക്. സർവ്വപ്രതാപത്തോടെ ഒഴുകുന്ന ഗംഗയിൽ പെട്ടാൽ എന്ന ഭയം. ചില ഭയം ഇങ്ങനെയാണ്. ഒരടിസ്ഥാനവുമില്ലാതെ നമ്മളെ വല്ലാതെ ഞെരുക്കിക്കളയും. എന്നാൽ ബോട്ടിൽ കയറിയതോടെ എന്റെ മനസ്സ് ലഘുവായി.

അതൊരു ജലയാനമാണെന്ന ബോധം ഇല്ലാതായി.

ലല്ലു എന്ന ഇരുപതുകാരൻ എന്റെ മകന്റെ പ്രായമുള്ളവൻ എനിക്കു വീണ്ടും വഴികാട്ടിയായി. അവൻ കാട്ടിത്തന്നു ഘാട്ടുകളും അവയുടെ കഥകളും.

ഹരിശ്ചന്ദ്ര ഘാട്ട് ആണു മുന്നിൽ.

രാജാ ഹരിശ്ചന്ദ്രനെക്കുറിച്ചു പറയുമ്പോൾ അവന്റെ മുഖം അഭിമാനം കൊണ്ടു പ്രകാശിച്ചു. രണ്ടു സൈബീരിയൻ പക്ഷികൾ ഞങ്ങളുടെ തലയ്ക്കു മുകളിലൂടെ പറന്നുപോയി. ഞാൻ ഘാട്ടുകൾ നോക്കി ബോട്ടിൽ കാലുനീട്ടിയിരുന്നു. ലല്ല കഥ തുടർന്നു. പണ്ടു പലവട്ടം കേട്ടതാണെങ്കിലും ലല്ലു പറഞ്ഞ ആ കഥ എന്റെ കണ്ണു നനച്ചു. സ്വന്തം മകന്റെ ജഡം ദഹിപ്പിക്കാൻ ഉടുതുണിക്കു മറുതു

ണിയില്ലാത്ത, കൊടിയ ദാരിദ്ര്യത്തിൽ ജീവിക്കുന്ന ഹരിശ്ചന്ദ്രപത്നി, മകന്റെ മരണത്തോടെ ഹതാശയാണ്. അവളോട് പണം തരാതെ സ്വന്തം മകന്റെ ജഡമായാലും ദഹിപ്പിക്കില്ല, തന്റെ യജമാനന്റെ കൽപ്പന നിരാകരിക്കാൻ തനിക്കു കഴിയില്ല എന്നു പറയേണ്ടി വരുന്ന സാക്ഷാൽ രാജാ ഹരിശ്ചന്ദ്രൻ, ഒരു കാലത്തു ചക്രവർത്തിയായിരുന്ന, ഇന്ന് ശ്മശാനം സൂക്ഷിപ്പുകാരനായി മാറേണ്ടി വന്ന സാക്ഷാൽ ഹരിശ്ചന്ദ്രൻ, അദ്ദേഹത്തിന് തന്റെ ദേഹത്തുള്ള ഒരേയൊരു വസ്ത്രം കീറി അതിൽ ഒരു പങ്ക് ദഹനത്തിനുള്ള ദ്രവ്യമായി നൽകുന്ന രാജപത്നി.

ശാപമോക്ഷവും, ചക്രവർത്തിപദവും ഒക്കെ ശാപമോക്ഷത്തിലൂടെ തിരികെ ലഭിക്കുമ്പോഴും, ജീവിതത്തിൽ പല ഘട്ടങ്ങളിലും കടന്നു പോകേണ്ടി വരുന്ന തീച്ചൂളയെക്കുറിച്ച് ആ കഥ എന്നെ ഓർമിപ്പിച്ചു. അദ്ദേഹത്തിന്റെ പേരിലുള്ള ഘാട്ടാണ് കടന്നു പോകുന്നത്.

കത്തിയെരിയുന്ന ചിതകളുടെ പുകയേറ്റു കറുത്ത മന്ദിരം, ചിതകൾ എരിയുന്ന പടവുകൾ... എന്റെ കൺമുന്നിൽ അപ്പോൾ ഹരിശ്ചന്ദ്ര ഘാട്ടിൽ മൂന്നു ചിതകൾ കത്തിയമരുന്നുണ്ടായിരുന്നു.

ദേഹം വിട്ടവർ, ദേഹിയും വിട്ടവർ...

ഞാൻ തുഴക്കാരനെ നോക്കി.

അയാളുടെ മുഖത്തും നിർവികാരതമാത്രം, പിന്നീട്, പല പല ഘാട്ടുകൾ, ശിവജിയുടെ നേതൃത്വത്തിൽ പണിതത്, ആന്ധ്രാക്കാർ പണിതത്, അസ്സിനദി വന്നു ചേരുന്ന അസ്സിഘട്ട്, നിർമ്മാണം നടക്കുന്ന നമോ ഘട്ട്, തുളസീ ഘാട്ട് അങ്ങനെ കടവുകൾ അനവധിയാണ് ഗംഗയിൽ തെക്കുവടക്കായി.

വിശ്വനാഥ ക്ഷേത്രത്തിലേക്കുള്ള ഇടനാഴി, വിവിധ രാജവംശങ്ങൾ പല കാലഘട്ടത്തിൽ പണിത ഘട്ടുകൾ, ചിലതു നാശോന്മുഖമായിരിക്കുന്നുവെങ്കിൽ ചിലത് അതീവപ്രൗഢിയിൽ നിലകൊള്ളുന്നു. അഹല്യദേവി പണി തീർത്ത അഹല്യ ഘാട്ട്, അവിടെ നിന്നും ബോട്ട് തിരിച്ചു മടങ്ങി ദശാശ്വമേധ് പിന്നിട്ട് കുറേദൂരം പിന്നിലേക്കു പോകുമ്പോൾ ലളിത ഘാട്ടും മണികർണികയും.

മണികർണികയ്ക്ക് പ്രാധാന്യം കൂടും.

മോക്ഷം തേടുന്നവർ ഉടൽ എരിച്ചുകളയാൻ ആഗ്രഹിക്കുന്നിടമണവിടം. ലല്ല പറഞ്ഞ ഐതീഹ്യകഥ ഇപ്രകാരമാണ്. മണികർണികയെക്കുറിച്ച് ധാരാളം മിത്തുകൾ ഉണ്ട്.

അതിൽ ഒരെണ്ണമാണ് ലല്ല എന്നോടു പറഞ്ഞത്.

മണ്ണാങ്കട്ടയും കരിയിലയും

കാശിയിൽ ഗൃഹസ്ഥനായ പരമശിവനാണ് നിലകൊള്ളുന്നത്. അന്നപൂർണ്ണേശ്വരിയായി പാർവതിയും. ഒരു നാൾ ശിവനും പാർവ്വതിയും സല്ലപിച്ചിരിക്കേ പാർവ്വതിയുടെ കർണ്ണാഭരണം തീരത്ത് എവിടെയോ നഷ്ടമായി. പേർത്തും പേർത്തും തിരഞ്ഞിട്ടും അവ കണ്ടെത്താനായില്ല.

സ്ത്രീയുടെ സ്വതസിദ്ധ കോപത്താൽ ജ്വലിച്ച് അവിടം സദാ ചിതപോൽ എരിയുന്നിടമാകട്ടെ എന്നു ദേവി ശപിച്ചു.

ശാപത്തിനൊരു ശാപമോക്ഷമുണ്ടല്ലോ, കോപം തണുത്തപ്പോൾ കമ്മൽ നഷ്ടപ്പെട്ടയിടത്തു ദഹിപ്പിക്കപ്പെട്ടാൽ ആ ദേഹിക്കു മോക്ഷം എന്നു ദേവി അനുഗ്രഹിച്ചു, ഒന്നുണ്ട്, രാവും പകലും, ഒന്നുപോലെ, മഞ്ഞിലും മഴയിലും വേനലിലും ഇവിടെ ചിതകളെരിയുന്നു. ഇവയൊക്കെയാണ് പ്രധാന ഘാട്ടുകൾ.

ഗംഗയിൽ ഒരു ബോട്ട് യാത്ര നടത്തുമ്പോഴുള്ള പ്രധാനകാഴ്ച നിശ്ചയമായും വിവിധ ഘാട്ടുകളാണ്. മിക്ക ഘാട്ടുകളും ഒരു ക്ഷേത്രത്തിലേക്കോ ആശ്രമങ്ങളിലേയ്ക്കോ ഉള്ള പ്രവേശന കവാടവുമാണ്. ഈ കടവുകളോടു ചേർന്നുള്ള ക്ഷേത്രങ്ങളും രാജമന്ദിരങ്ങളുടെ ഭാഗങ്ങളും ഒക്കെ അതുല്യമായ ശില്പഭംഗി കൊണ്ട് അനുഗ്രഹീതമാണ്. രാജമന്ദിരങ്ങളുടെ ഭാഗമായ ഘാട്ടിലെ പല പൗരാണിക കെട്ടിടങ്ങളും ഇന്ന് ആഢംബര ഹോട്ടലുകളുമാണ്. ഒറ്റയാത്രയിലോ ഒറ്റക്കാഴ്ചയിലോ ആ ഭംഗി കണ്ടു തീർക്കാനാകില്ല.

ഇനി മറുഭാഗത്ത് ശക്തമായ ഒഴുക്കുള്ള ഗംഗയുടെ യഥാർത്ഥ പ്രഭാവമാണു കാഴ്ച. ഒപ്പം നമുക്കു ചുറ്റുമായി വെള്ളത്തിലേക്കു പറന്നിറങ്ങുന്ന ദേശാടനപക്ഷികൾ കൂടിച്ചേരുമ്പോൾ എവിടേക്കാണു നോക്കേണ്ടത് എന്നൊരു ഭ്രമം ഉണ്ടാവുക സ്വാഭാവികം.

ലളിതാഘാട്ടിനു മുന്നിൽ തിരക്കില്ലാതെ ഒരു ഭാഗം കണ്ടപ്പോൾ ഞാൻ ലല്ലയോടു പറഞ്ഞു, നമുക്ക് ഇവിടെ ഇറങ്ങിയാലോ? വള്ളക്കാരനും സമ്മതിച്ചു. ഘാട്ടിലേക്കു വഞ്ചി അടുപ്പിച്ചു. കുറച്ചു സമയം ഇരുന്നിട്ട് പോകാം. ഊടുവഴികൾ ലല്ലയ്ക്കു കൈവെള്ളയിലെ രേഖകൾ പോലെ പരിചിതം.

ഞങ്ങളെ അവിടെ ഇറക്കി, കാശുവാങ്ങി ബോട്ടുകാരൻ മടങ്ങി.

പടിയിലിരുന്നപ്പോൾ അവൻ ചോദിച്ചു ഇവിടെ വന്നിട്ട് എന്തു തോന്നുന്നുവെന്ന്. മറുപടി പറയാൻ വൈകിയപ്പോൾ അവൻ പറഞ്ഞു തുടങ്ങി, വരുണാനദിയും അസ്സിയും ഗംഗയിൽ ചേരുന്നതിനാലാണ് വാരാണസിക്ക് ആ പേരു വന്നത്.

ബനാറസ്, കാശി പിന്നെ ആനന്ദ്മയി നഗർ എന്നും പേരുണ്ട്

ഈ നഗരത്തിന്. ഇവിടം ആനന്ദത്തിന്റെ നഗരമാണ്.

ഇവിടെ ഉള്ളവരും സദാ ആനന്ദത്തിലാണ്.

കാശിനു കുറവുണ്ടാകും, പക്ഷേ, പണത്തെ പ്രതിയല്ല ഇവിടെ ആകുലതകൾ. അതു ജീവിതത്തിന്റെ ഒരു ഭാഗം മാത്രമാണ് ഇന്നാട്ടുകാർക്ക്.

എനിക്കും അതിൽ സത്യമുണ്ടെന്നു തോന്നി.

ജീവിതം രണ്ടറ്റം മുട്ടിക്കാൻ ഓടുമ്പോൾ മറ്റു ദുഃഖങ്ങൾക്കു സമയം കണ്ടെത്താൻ നേരമില്ല മനുഷ്യർക്ക് എന്നതല്ലേ സത്യം?

ജടാധാരിയായ ഒരു സന്ന്യാസി അപ്പോൾ കടവിറങ്ങി വന്നു.

ഞാനദ്ദേഹത്തെ നോക്കിക്കൊണ്ട് അവനോടു ചോദിച്ചു, 'ലല്ലാ, ഈ അഘോരികളെ നേരിട്ടു കാണാൻ മാർഗമുണ്ടോ? അവനൊന്നു ചിരിച്ചു. അവൻ പറഞ്ഞു, 'യഥാർത്ഥ അഘോരികൾ ഇങ്ങനെ തെണ്ടി നടക്കുന്നവരല്ല. അവർ ആർക്കും വെളിപ്പെട്ടു തരില്ല. അവരുടെ ലോകം വേറെ. എന്നാൽ വേഷം കെട്ടി നടക്കുന്നവരാകട്ടെ അഘോരികളേ അല്ല. അവർ പറ്റിക്കാൻ നടക്കുന്നവരാണ്.'

ഏറെ ആഗ്രഹിച്ചതാണെങ്കിലും ഞാൻ ഒരു അഘോരിയേയും കണ്ടതേയില്ല. ബോട്ട് യാത്രയുടെ ക്ഷീണം മാറിയതോടെ ഞങ്ങൾ തുടർന്നു കാണേണ്ട സ്ഥലങ്ങൾ നിശ്ചയിച്ചു.

കാശി, കാഴ്ചകളുടെ അക്ഷയഖനിയാണ്. .

എത്ര കണ്ടാലും, പഠിച്ചാലും തീരില്ല കാഴ്ചകളും, അതിനു പിന്നിലെ ചരിത്രവും. മോക്ഷത്തിനായി മാത്രമുള്ള യാത്രയാണ് കാശി യാത്രയെന്നാണു ഞാൻ മുന്നേ ചിന്തിച്ചുറപ്പിച്ചത്. എന്നാൽ മോക്ഷം എന്ന പദം ഏറെ തെറ്റിദ്ധരിക്കപ്പെട്ട ഒന്നാണെന്ന് ഈ മണ്ണിൽ നിന്നു കൊണ്ടു ഞാൻ പറയട്ടെ.

കാലം എത്രയോ മാറിയിരിക്കുന്നു.

ഇന്ന് നമ്മുടെ ചുറ്റുപാടുകൾ എത്ര വിഭിന്നമാണ്.

ജീവിച്ചിരിക്കുന്ന കാലം ആനന്ദത്തോടെ ജീവിക്കാൻ സാധിച്ചാൽ അതാണു മോക്ഷം എന്നു ഞാനെന്റെ മോക്ഷസങ്കല്പം മാറ്റി എഴുതുകയാണ്. മോക്ഷവും, ആത്മാവിന്റെ ഗതിയുമൊക്കെ ഏറെ വിവരിക്കേണ്ട ഗഹനമായ വിഷയമാണല്ലോ, എന്നാൽ നമ്മൾ അറിയേണ്ടുന്നതായ മറ്റുചില കാര്യങ്ങൾ കൂടി ഈ കാശിയിലുണ്ട്. അതിൽ പ്രധാനം ഒരു വിദ്യാനികേതനമാണ്.

ആ കാഴ്ചകൾ കാണാൻ ലല്ലയുടെ പിന്നാലെ ഞാൻ നടന്നു.

അഞ്ച്
കാശിയിലെ കാഴ്ചകൾ

കാശിയിലെ കാഴ്ചകളിൽ പ്രധാനമായ ചിലതുണ്ട്. അവ കണ്ടി ല്ലെങ്കിൽ യാത്ര അപൂർണമാകും. തീർത്ഥാടനയാത്രയിൽ നിശ്ചയ മായും ക്ഷേത്രങ്ങൾ ഉൾപ്പെടും. എന്നാൽ ക്ഷേത്രങ്ങൾ മാത്രം കയറിയിറങ്ങുന്നതു കൊണ്ടു കാര്യമില്ല. പക്ഷേ, ഒരു ഗ്രൂപ്പ് ടൂറിൽ അത്രയൊക്കെയേ സാധിക്കുകയുള്ളൂ. എന്നാൽ എന്റെ യാത്ര തികച്ചും വ്യത്യസ്തമാണ്. എനിക്കു തിരഞ്ഞെടുക്കാൻ സ്വാതന്ത്ര്യ മുണ്ട്. ഏതു കാഴ്ച കാണണം, ഏത് ഒഴിവാക്കാം എന്നതിനൊ ക്കെയുള്ള സ്വാതന്ത്ര്യം.

ഘാട്ടിൽ നിന്നും മടങ്ങിയ ഞാനും ലല്ലയും പിന്നീടു പോയത് ബനാറസ് ഹിന്ദു യൂണിവേഴ്സിറ്റിയിലേക്കാണ്. ക്ഷേത്രങ്ങൾ വെറും വിശ്വാസങ്ങളുടെ മാത്രം കേന്ദ്രമല്ലാതിരുന്ന ഒരു കാലഘട്ടം നമുക്ക് ഓർത്തെടുക്കാനാകുന്നോ? ക്ഷേത്രങ്ങൾ അറിവിന്റെ ഇരിപ്പിടങ്ങ ളായിരുന്ന ഒരു കാലം! നിശ്ചയമായും അത്തരം അറിവിന്റെ അഭാവം ഇന്നു നമുക്കു ചുറ്റും കാണാം. അറിവ് എക്കാലവും ഒരു ധനമാണ്. കാശിയിലെ ആ അറിവിന്റെ കേന്ദ്രത്തിലേക്കാണു ഞാൻ എത്തി യിരിക്കുന്നത്. അതാണ് ബനാറസ് ഹിന്ദു യൂണിവേഴ്സിറ്റി അഥവാ കാശി ഹിന്ദു വിശ്വവിദ്യാലയ.

ഞാൻ ഇപ്പോൾ ആ വലിയ വിദ്യാകേന്ദ്രത്തിനുള്ളിലാണ്. വലിയ പ്രവേശന കവാടം കടന്നു വരുമ്പോൾ ഉള്ളു തുടിച്ചു. വിശ്വവി ജ്ഞാന കേന്ദ്രത്തിലേയ്ക്കാണു ഞാൻ പ്രവേശിച്ചരിക്കുന്നത്. നിറഞ്ഞ വിസ്മയത്തോടെ പാതയുടെ ഇരുവശത്തുമുള്ള മന്ദിര ങ്ങൾ ഞാൻ നോക്കിക്കണ്ടു. ഹിന്ദു യൂണിവേഴ്സിറ്റിയുടെ ചരിത്രം നമ്മൾ അറിയേണ്ടതുണ്ട്.

ഈ കേന്ദ്ര സർവകലാശാല 1916-ൽ ആണ് സ്ഥാപിതമായത്. ഏഷ്യയിലെ ഏറ്റവും വലിയ റെസിഡൻഷ്യൽ യൂണിവേഴ്സിറ്റി

യാണ് ബിഎച്ച്യു. ആനി ബസന്റിന്റെ ചിന്തകളെ അടിസ്ഥാനമാക്കി ആധുനിക വിദ്യാഭ്യാസത്തിന്റെ പ്രാധാന്യം തിരിച്ചറിഞ്ഞ പണ്ഡിറ്റ് മദൻ മോഹൻ മാളവ്യ 1911-ൽ അഭിഭാഷകവൃത്തി ഉപേക്ഷിച്ച് ബനാറസ് ഹിന്ദു യുണിവേഴ്സിറ്റിക്കു വേണ്ടിയുള്ള പ്രവർത്തനങ്ങൾ ആരംഭിച്ചു.

അന്നത്തെ ബ്രിട്ടീഷ് ഇന്ത്യ ഗവൺമെന്റിന്റേയും കാശി നരേശ് രാമേശ്വർ സിംഗ് ബഹാദൂറിന്റേയും സഹായത്തോടെയാണ് ആ ലക്ഷ്യം സഫലമായത്. യൂണിവേഴ്സിറ്റി നിർമ്മിക്കാൻ കാശി നരേശ് 1300 ഏക്കർ ഭൂമിയും ഹൈദരാബാദ് നൈസാം ഒരു ലക്ഷം രൂപയും സംഭാവന ചെയ്തു. ഇന്ന്, രണ്ടു കാംപസുകളും, നാല് ഇൻസ്റ്റിറ്റ്യൂട്ടുകളും 15 മുഖ്യ വിഭാഗങ്ങളിലായി 140 വകുപ്പുകളും, 55 ഹോസ്റ്റലുകളും, നാല് ഇന്റർ ഡിസിപ്ലിനറി സെന്ററുകളും, നാല് അഡ്വാൻസ് സെന്ററുകളും ഒക്കെ ആയി ഈ വിശ്വവിദ്യാലയം അതിന്റെ പ്രഭാവം വിളിച്ചോതുന്നു.

പണ്ഡിറ്റ് മദൻ മോഹൻ മാളവ്യ 1919 മുതൽ 38 വരെ ഈ സർവ്വകലാശാലയുടെ വൈസ് ചാൻസലർ ആയിരുന്നു. അതേ തുടർന്ന് ഇന്ത്യയുടെ രണ്ടാമത്തെ രാഷ്ട്രപതിയായ ഡോ.രാധാകൃഷ്ണനായിരുന്നു 1948 വരെ വൈസ് ചാൻസലർ ആയിരുന്നത്. ഇനി നമ്മുടെ സർ സിപി രാമസ്വാമി അയ്യരും 1954 മുതൽ 56 വരെ ഇവിടെ വൈസ് ചാൻസലർ ആയിരുന്നുവെന്ന് അറിയുമ്പോഴോ? ഏതായാലും ചിലർ കാലത്തെ മുൻകൂട്ടി കാണുന്നവരാണ്. അവർ പിൻതലമുറയ്ക്കായി കരുതിവയ്ക്കുന്ന അമൂല്യധനമായി മാത്രമേ ഈ സർവകലാശാലയെ നമുക്കു കാണാനാകൂ.

ഈ വിശ്വവിദ്യാലയത്തെക്കുറിച്ച് ലല്ലു വിശദീകരിച്ച ഒരു കഥ കൂടിയുണ്ട്.

കാശി നരേശിനോട് മദൻ മോഹൻ മാളവ്യ എന്ന ക്രാന്തദർശി സർവ്വകലാശാലയ്ക്കായി സ്ഥലം ദാനം ചോദിച്ചു. രാജാവ് ഉദാരമതിയായി. ഒരു രാത്രി കൊണ്ടു നടന്ന് എത്താവുന്നത്രയും ദൂരം അദ്ദേഹം സർവകലാശാലയ്ക്കായി അനുവദിച്ചു. അദ്ദേഹം നടന്നെടുത്തത് ഏതാണ്ട് 1300 ഏക്കർ ദൂരം! ഏതായാലും യൂണിവേഴ്സിറ്റിയുടെ കാശിയിലെ കാമ്പസ് അത്രയും വിശാലമാണ്. എന്നാൽ മിർസാപൂരിലെ ക്യാമ്പസ് അതിലും വിശാലമാണ്. ഏതാണ്ട് പതിനൊന്ന് ചതുരശ്ര കിലോമീറ്റർ ആണ് ആ കാമ്പസിന്റെ വലിപ്പം.

അകത്തേക്കു കയറുമ്പോൾ വലിയ ആർച്ചിന്റെ വലതു ഭാഗ

ത്തു മെഡിക്കൽ കോളേജ്, നഴ്സിങ്ങ് കോളേജ്, മറുഭാഗത്ത് ട്രോമ കെയർ സെന്റർ ഇൻസ്റ്റിട്യൂട്ട് ഓഫ് മെഡിക്കൽ സയൻസ്, പിന്നെ അദ്ധ്യാപകരുടെ താമസസ്ഥലങ്ങൾ, തുടർന്ന് ഓരോരോ വിഷയങ്ങളുടെ ഡിപ്പാർട്ട്മെന്റുകൾ എന്നിങ്ങനെയാണ് ക്യാമ്പസ് പരന്നു കിടക്കുന്നത്.

കാമ്പസിനകത്ത് വിദ്യാർത്ഥികൾക്കായി പ്രത്യേക ബസ് സർവ്വീസ് നടത്തുന്നതു ഞാൻ കണ്ടു. വലിയ മുത്തശ്ശി മരങ്ങൾ ഇരുവശവും കുടപിടിക്കുന്ന വഴിത്താരകൾ. അവിടെയാണ് ബിർള ഗ്രൂപ്പിന്റെ വിശ്വനാഥ ക്ഷേത്രവും. വിശ്വനാഥമന്ദിർ, ബിർള ക്ഷേത്രം എന്നൊക്കെ ഈ ക്ഷേത്രം അറിയപ്പെടുന്നു. എത്ര വിശാലമായ ക്ഷേത്രവളപ്പ്, ക്ഷേത്രമെന്നു വിശ്വാസികൾക്കും, കുറച്ചു സമയം കണ്ണടച്ചിരുന്നാൽ ശാന്തി കിട്ടുന്ന സ്ഥലമെന്ന് അവിശ്വാസികൾക്കും കരുതാവുന്ന ഇടം. ഈശ്വരൻ, സ്വന്തം ഹൃദയത്തിനുള്ളിലെന്ന് ആ വലിയ ക്ഷേത്രത്തിന്റെ ഉള്ളിലേക്കു കടന്ന് അല്പസമയം ധ്യാനിച്ചിരിക്കുമ്പോൾ എനിക്കു തോന്നി.

ഇളംറോസ് നിറത്തിലെ ആ മന്ദിരത്തിന്റെ വലിപ്പവും ശില്പഭംഗിയും എനിക്ക് എന്തെന്നില്ലാത്ത ഊർജം പകർന്നു. ലോകത്തിലെ ഏറ്റവും ഉയരം കൂടിയ ക്ഷേത്രഗോപുരം ശ്രീ വിശ്വനാഥമന്ദിറിനാണ്. ബനാറസ് ഹിന്ദു യൂണിവേഴ്സിറ്റിയുടെ നിർമ്മാണ വേളയിൽ കാശി വിശ്വനാഥ ക്ഷേത്രത്തിന്റെ മാതൃകയിൽ ഒരു ക്ഷേത്രം കാമ്പസിനുള്ളിൽ വേണമെന്ന് മദൻ മോഹൻ മാളവ്യ ആഗ്രഹിച്ചു. അദ്ദേഹത്തിന്റെ ആ ആഗ്രഹം ബിർള ഗ്രൂപ്പ് ഏറ്റെടുത്തു നടത്താൻ തീരുമാനിച്ചു. അങ്ങനെ 1931-ൽ ആരംഭിച്ച ക്ഷേത്ര നിർമ്മാണം 1966-ൽ പൂർത്തിയായി. 77 മീറ്റർ ആണ് ക്ഷേത്രത്തിന്റെ ഉയരം. പ്രധാന പ്രതിഷ്ഠ വിശ്വനാഥൻ തന്നെയെങ്കിലും രണ്ടു നിലകളിൽ ഒമ്പത് ദേവീദേവന്മാർ ഇവിടെ കുടികൊള്ളുന്നു.

ക്ഷേത്രത്തിൽ വലിയ തിരക്ക് കണ്ടില്ല.

അകത്തേക്കു പ്രവേശിക്കുമ്പോൾ കൂടിയാൽ പത്തോ അമ്പതോ പേർ മാത്രമേ ഉള്ളൂ. തണുത്ത മാർബിൾ നിലം, വിശാലമായ ഹാൾ, അവിടേക്കു കടന്ന്, ചുറ്റും കണ്ണോടിച്ച് അല്പനേരം നിൽക്കുമ്പോൾ അറിയാതൊരു സൗഖ്യം അനുഭവപ്പെട്ടു.

അവിടെത്തന്നെ തുടരാൻ പ്രേരിപ്പിക്കുന്ന ഒരവസ്ഥ.

അകത്ത് ഗർഭഗൃഹത്തിൽ ശിവലിംഗത്തെ അഭിഷേകം ചെയ്യുകയാണ് ഭക്തർ. ഞാനതു നോക്കി നിന്നു. പിന്നെ തൊഴുതു പുറത്തിറങ്ങി നന്ദികേശ്വരനു മുന്നിലെത്തി.

ഒന്നു പ്രദക്ഷിണം ചെയ്തു.

വീണ്ടും അകത്തേക്കു കയറി മൊത്തത്തിൽ ഒന്നു വലം വച്ചു.

ചില വിദ്യാർത്ഥികൾ ക്ഷേത്രത്തിനു ചുറ്റുമുള്ള പുല്ലിലിരുന്നു പഠിക്കുന്നുണ്ട്. പിന്നെ മുകളിലെ നിലയിലേക്കു ചെന്നു. മുഴുവൻ ചുറ്റി നടന്നു കണ്ടു.

ആ മന്ദിരത്തിന്റെ വലിപ്പം കണ്ട് അത്ഭുതം കൂറി.

ജഗദീശ്വരാ എന്നൊരു പ്രാർത്ഥന ഉള്ളിൽ നിറഞ്ഞു.

ആ ക്ഷേത്രം നൽകിയത് ഒരു തിരിച്ചറിവാണ്, അവിടെച്ചെന്ന്, മറ്റു ചിന്തകളില്ലാതെ സ്വസ്ഥമായി ധ്യാനിച്ചിരുന്നാൽ കാലം എന്നത് അപ്രസക്തമാകുമെന്ന അറിവ്...

മെല്ലെ പുറത്തേക്ക്, അടുത്ത കാഴ്ചകളിലേക്ക്.

അവിടെ നിന്നും ഞങ്ങൾ കാശിയിലെ മറ്റു ക്ഷേത്രങ്ങളിലേക്കാണു പോയത്. ഉച്ചവരെയുള്ള സമയം കൊണ്ടു കുറച്ചു ക്ഷേത്രങ്ങളിൽ എത്തണം. അങ്ങനെയാണ് ശ്രീരാമഭക്തനായ സാക്ഷാൽ തുളസീദാസിന്റെ പേരിലുള്ള മന്ദിറിലേക്കു ഞങ്ങൾ പുറപ്പെട്ടത്.

രാമചരിതമാനസത്തെക്കുറിച്ച് കേട്ടിട്ടില്ലേ?

തുളസീദാസ് എന്ന അതുല്യനായ രാമായണ കർത്താവിനെക്കുറിച്ച് ആരും അറിയാതെ തരമില്ല. ഉത്തരേന്ത്യക്കാർക്ക് രാമായണം എന്നാൽ തുളസീരാമായണമാണ്.

ഇവിടെ വാരാണസിയിൽ അദ്ദേഹത്തിനായി ഒരു അമ്പലമുണ്ട്. അതിന്റെ ചുമരുകൾ മുഴുവൻ രാമായണം കൊത്തി വച്ചിരിക്കുന്നു. താഴേ നിലയിലും മുകളിലത്തെ നിലയിലും ചുമരുകൾ നിറയെ തുളസീരാമായണമാണ്.

തുളസീമന്ദിറിൽ പടിക്കെട്ടുകൾ കയറി വിശാലമായ ഒരു ഹാളിലേക്കാണ് നമ്മൾ പ്രവേശിക്കുക. അവിടെ ശ്രീരാമൻ സീതാസമേതനായി ലക്ഷ്മണനും ഹനുമാനും ഒപ്പം നിലകൊള്ളുന്നു.

ചുറ്റോടുചുറ്റും രാം ചരിത മാനസ് കൊത്തിവച്ചിരിക്കുന്നു.

ഇതിഹാസത്തിനായി ഒരു മന്ദിരം.

അതാണ് തുളസിമന്ദിരം.

ഒരു ഇതിഹാസത്തെയാണ് യഥാർത്ഥത്തിൽ ഇവിടെ ആദരിക്കുന്നത്. അക്ബറിന്റെ ഭരണകാലത്താണ് തുളസീദാസും ജീവിച്ചിരുന്നത്. രാമായണം, അതിന്റെ മൂലഭാഷയിൽ സാധാരണ ജനങ്ങൾക്ക് അപ്രാപ്യമായിരുന്നു. രാമഭക്തനായ തുളസീദാസിന് ഇതിഹാസം സാധാരണക്കാരനും പ്രാപ്തമാകണമെന്ന ചിന്ത വന്നു.

യഥാസ്ഥിതികരുടെ എതിർപ്പുമറികടന്നാണ് പണ്ഡിതനായ

അദ്ദേഹം ഹിന്ദിയുടെ ഒരു പ്രാദേശിക രൂപമായ അവധ് ഭാഷയിൽ രാമചരിതം എഴുതിത്തുടങ്ങിയത്.

പാശ്ചാത്യലോകത്ത് ഷേക്സ്പിയർ സാഹിത്യത്തിൽ വിസ്മയം കാട്ടിയിരുന്ന അതേ കാലഘട്ടത്തിൽ തുളസിദാസ് അന്നേവരെ വരേണ്യവർഗക്കാരുടെ കുത്തകയായിരുന്ന രാമായണത്തെ സാധാരണക്കാരിലേക്ക് എത്തിച്ചു. വളരെപ്പെട്ടെന്നാണ് തുളസീരാമായണം ജനപ്രിയ രചനയായി മാറിയത്.

ആദികവി വാല്മീകി രാമനെ മനുഷ്യനായിക്കണ്ടാണ് രാമായണം രചിച്ചതെങ്കിൽ തുളസീദാസ് രാമനെ മര്യാദാപുരുഷോത്തമനായിക്കണ്ട്, മഹാവിഷ്ണുവിന്റെ അവതാരമെന്ന നിലയിലാണ് ചിത്രീകരിച്ചിരിക്കുന്നത്. തുളസീമന്ദിരത്തിൽ കടന്നാൽ അക്ഷരങ്ങളെ ഉപാസിക്കുന്ന ഏതൊരാൾക്കും തുളസീദാസിനെ ഓർക്കാതിരിക്കാനാകില്ല. അദ്ദേഹത്തിന്റെ അനുഗ്രഹം അത്രമേൽ അവശ്യമായ ഒന്നായി നമുക്ക് അനുഭവപ്പെടും.

അക്ഷരങ്ങളാണല്ലോ ചുറ്റും.

ജീവനുള്ള അക്ഷരങ്ങൾ !

തുളസീമന്ദിരത്തെക്കുറിച്ചു പറയുമ്പോൾ മറ്റൊന്നുകൂടിയുണ്ട്,

ആധുനിക മനുഷ്യരുടെ ഭക്തിയെ നമുക്കു കൃത്യമായി ഈ ഒറ്റ മന്ദിരത്തിൽ നിന്നും കണ്ടെടുക്കാം. എങ്ങനെയെന്നല്ലേ? രണ്ടു നിലകളിൽ ഒരു അമൂല്യഗ്രന്ഥത്തിന്റെ വരികൾ, അതിന്റെ ഗഹനമായ ആശയങ്ങൾ എന്നിവ കൊത്തി വച്ചിരിക്കുന്നു.

അതേ മന്ദിരത്തിന്റെ മറ്റൊരു ഭാഗത്ത് കുറേ അലങ്കരിച്ച പാവകൾ കൊണ്ട് ഏറ്റവും പരാധീനപ്പെട്ട സാങ്കേതികവിദ്യ ഉപയോഗിച്ച് ചില രാമായണ, ഭാഗവത ദൃശ്യങ്ങൾ ക്രമീകരിച്ചിരിക്കുന്നു.

ഗ്രാമങ്ങളിൽ നിന്നും കൂട്ടമായി എത്തുന്ന മനുഷ്യർ തുളസിയെ മറന്ന് ഈ പാവക്കൂത്തിനു മുന്നിൽ തൊഴുന്നു! ഏവരോടും സമഭാവനയോടെ പെരുമാറണം എന്നു നിഷ്കർഷിച്ച ആ മഹാഭക്തൻ ഇതൊക്കെ കണ്ട് പുഞ്ചിരിക്കുന്നുണ്ടാവണം. രണ്ടു വരികളിൽ സാധാരണക്കാരന് ആത്മജ്ഞാനം പ്രദാനം ചെയ്ത ആ മഹാത്മാവിനെ തൊഴുത് ആദരപൂർവ്വം ഞാൻ അവിടുന്നു പുറത്തേക്കിറങ്ങി.

ഇനി പോകുന്നത് സങ്കട് മോചൻ ക്ഷേത്രത്തിലേക്കാണ്.

വിശ്വനാഥ ക്ഷേത്രം പോലെ പ്രധാന്യമുണ്ട് ഇവിടെയും.

കാശിയിൽ, രണ്ടേ രണ്ടു ക്ഷേത്രങ്ങളിലേ മൊബൈലിനു വിലക്കുള്ളൂ. ഒന്ന് സാക്ഷാൽ വിശ്വനാഥ ക്ഷേത്രം, അടുത്തത് സങ്കട്

മോചൻ ക്ഷേത്രം. രണ്ടിടത്തും ലോക്കറിൽ ഫോൺ വെച്ച് അകത്തു കടക്കണം. 2006 മാർച്ച് മാസത്തിൽ ക്ഷേത്രത്തിനു മുന്നിൽ ഭിക്ഷ യാചിച്ചിരുന്ന പത്തുപേരുടെ മരണത്തിനിടയാക്കിയ തീവ്രവാദ ആക്രമണത്തിനു ശേഷമാണ് ഇവിടെയും കാവൽ ശക്തമാക്കിയത്.

ഹനുമാനാണ് പ്രധാന പ്രതിഷ്ഠ.

തിരക്കുണ്ട്, പക്ഷേ നീണ്ട ക്യൂ അല്ല.

പലരും കണ്ണടച്ചു ധ്യാനത്തിലാണ്.

ഞാൻ ക്യൂവിൽ നിന്നില്ല.

മണ്ഡപത്തിനു മുകളിലേക്ക് കയറി കുറച്ചു നേരം കണ്ണടച്ചിരുന്നു.

ലല്ല ഹിന്ദിയിൽ എഴുതിയ ഹനുമാൻ ചാലീസ കൊണ്ടുത്തന്നു.

അവൻ ചാലീസ ചൊല്ലുന്നതു കേട്ട് ഞാനിരുന്നു.

സങ്കടങ്ങളിൽ നിന്നും മോചനം തേടുകയാണവൻ.

എനിക്ക് അവനോടു സ്നേഹം തോന്നി.

പാവം കുട്ടി!

മെലിഞ്ഞ് ഉണങ്ങി വിളർച്ചയുടെ മഞ്ഞ നിറത്തോടെ ഒരു ആൺകുട്ടി, അവന്റെ കുടുംബത്തിന്റെ മുഴുവൻ പ്രാരാബ്ദവും ചുമക്കുന്നു. ഞാനും പ്രാർത്ഥിച്ചു, ഈശ്വരാ അവന്റെ പ്രാർത്ഥന കേൾക്കണേ എന്ന്. തുളസീദാസിന് ഹനുമാൻ പ്രത്യക്ഷനായത് ഇവിടെ വച്ചാണെന്ന് ഐതീഹ്യം.

രാം ചരിത മാനസ് രചിക്കുന്ന വേളയിൽ തുളസീദാസ് ഇവിടെയാണ് ധ്യാനനിരതനായി ഇരുന്നിരുന്നതത്രേ. അക്കാലത്ത്, കൊടുങ്കാടായിരുന്നു ക്ഷേത്രത്തിനു ചുറ്റും. ഇപ്പോഴും ക്ഷേത്രത്തിനുള്ളിൽ ധാരാളം മരങ്ങളും നാലമ്പലത്തിനു പുറത്ത് ചുറ്റിലും ചെറിയ കാടും സംരക്ഷിച്ചിട്ടുണ്ട്. ഈ ക്ഷേത്രം യഥാർത്ഥത്തിൽ ഒരു പുരാതനഅഖാഡയാണ്. അവിടെ പരമ്പരാഗത രീതിയിൽ ഗുസ്തി പഠിപ്പിച്ചിരുന്നു.

ഇന്നും അഖാഡയുണ്ട് ഒപ്പം, എല്ലാ വർഷവും ഒരു സംഗീതോൽസവവും ഇവിടെ സംഘടിപ്പിച്ചു വരുന്നു. ജാതിമതഭേദമന്യേ ഏറ്റവും മികച്ച ഗായകരും ഉപകരണ സംഗീതവിദഗ്ധരും ഇവിടെ സംഗീതോത്സവത്തിൽ വന്നെത്തി പങ്കെടുക്കുന്നു.

അങ്ങനെ ശ്രീരാമചന്ദ്രനെ കണ്ട്, സീതാദേവിയെ കണ്ട്, ലക്ഷ്മണനെ കണ്ട്, ശ്രീരാമദാസനായ ഹനുമാനെ കണ്ട് ചിരപുരാതനമായ ക്ഷേത്രത്തിൽ നിന്നും ഞങ്ങൾ പുറത്തിറങ്ങി.

ഉച്ചയായി, വിശക്കുന്നു.

ഇനി എന്തെങ്കിലും കഴിക്കണം.

മണ്ണാങ്കട്ടയും കരിയിലയും

ഒരു ചോള ബട്ടൂരയും, കാശിയുടെ തനതു രുചിയായ ശുദ്ധ വെണ്ണയിൽ അലങ്കരിച്ച മലായിയോയും കഴിച്ച് ഞാൻ അല്പം വിശ്രമിച്ചു.

കാശിയിൽ എത്തിയാൽ ഗംഗാ സ്നാനം, കാശീ വിശ്വനാഥ ദർശനം ഇവ രണ്ടും കഴിഞ്ഞാൽ ഏറ്റവും പ്രധാനമായത് ആരതി ദർശിക്കുകനാണ്

ഗംഗാ ആരതി!

ആയിരങ്ങൾ ഒത്തുകൂടുന്ന അവിസ്മരണീയ മുഹൂർത്തമാണത്.

ദർശനം പുണ്യം!

വൈകുന്നേരം ആറര കഴിഞ്ഞാൽ ആരംഭിക്കുന്ന ഗംഗാ ആരതി കാണണം. ഏതാണ്ടു രണ്ടുമണി വരെ നീണ്ട വാരാണസി കാഴ്ച കാണലുകൾക്കു ശേഷം ഉച്ചഭക്ഷണം കഴിച്ചശേഷം വിശ്രമിക്കാൻ ഹോട്ടലിൽ എത്തിയിരുന്നു ഞാൻ. ലല്ല എന്നെ കൂട്ടാനായി വൈകുന്നേരം നാലുമണിക്കു തന്നെ എത്തി.

ശരിയാണ് ആറരയ്ക്കാണ് ആരതി തുടങ്ങുകയെങ്കിലും ജനം നാലര മുതൽ ഘാട്ടിൽ ഇടംപിടിക്കും. ആരതി നടത്തുന്ന ഏഴു തട്ടുകൾ ഉണ്ട് അവയുടെ തൊട്ടടുത്ത് സ്ഥാനം പിടിക്കാനാണ് എല്ലാവരുടേയും ശ്രമം. കാശിയിലെ ഗംഗാ ആരതി, ഹരിദ്വാറിലേയും ഋഷികേശിലേയും ആരതികൾക്കു സമാനമായി പിൽക്കാലത്ത് ഇവിടേയും തുടങ്ങിയതാണത്രേ.

പ്രധാനമായും രണ്ടു ഘാട്ടുകളിലാണ് കാശിയിൽ ആരതി നടക്കുന്നത്. ദശാശ്വമേധ ഘാട്ടിലും, അസിഘാട്ടിലും. കൂടുതൽ ജനങ്ങൾ തിങ്ങിനിന്നു ദർശിക്കുന്നത് ദശാശ്വമേധ ഘാട്ടിലാണ്.

പക്ഷേ, കൂടുതൽ മനോഹരമായി തോന്നിയത് അസിഘാട്ടിലേതാണ്. അസിയിലെ പുരോഹിതർ കുറേക്കൂടി ജനങ്ങളോട് ഹൃദ്യമായി ഇടപ്പെടുന്നുവെന്നും ജനങ്ങളെ കൂടുതലായി അതിൽ പങ്കാളികളാക്കുന്നതായും അനുഭവപ്പെട്ടു.

അസിയിൽ ആരതി നടക്കുന്ന പടവുകൾക്കു മുന്നിൽ കുറച്ചുകൂടി സ്ഥലമുണ്ട്. അവിടെ നിന്ന് സ്വസ്ഥമായി വീക്ഷിക്കാം. പിന്നിൽ വൃത്തിയുള്ള പടിക്കെട്ടുമുണ്ട്. അവിടെയും സമാധാനമായി ഇരിക്കാം. വലിയ തിരക്കില്ല. എന്നാൽ ദശാശ്വമേധ ഘാട്ടിൽ മുന്നിൽ നിന്നും ആരതി കാണാൻ ബോട്ടിൽ ഇരിക്കണം. പലപ്പോഴും ചിലർ എഴുന്നേറ്റു നിന്നാൽ മറ്റുള്ളവർക്കു കാണാനാകാത്ത സ്ഥിതി വരും.

തിരക്കു കൂടുതലുള്ള ദശാശ്വമേധ ഘാട്ടിനേക്കാൾ എനിക്ക് ഇഷ്ട

മായത് അസിഘട്ടിനെയാണ്. അസിഘാട്ടിൽ പുലർച്ചെ നിത്യവും സംഗിതാർച്ചനയുമുണ്ട്. സുബഹ് - ഇ- ബനാറസ് എന്നാണ് പ്രഭാതത്തിലെ ഈ സംഗീതാർച്ചനയുടെ പേര്. ഗംഗാനദിയിൽ നാലിടത്താണ് ഗംഗാ ആരതി നടത്തുന്നത്. ഋഷികേശ്, ഹരിദ്വാർ, അലഹബാദ്, പിന്നെ കാശി.

കാശിയിൽ വന്നാൽ ഗംഗയാണു കേന്ദ്ര ബിന്ദു.

ദിവസം തുടങ്ങുന്നതും അവസാനിക്കുന്നതും ഗംഗയിൽ ആകണം. ദശാശ്വമേധ്ഘാട്ടിലേക്ക് ആയിരങ്ങൾ പല വഴിയിലൂടെ ഒഴുകി എത്തുകയാണ്. റോഡ് നിറഞ്ഞു ജനങ്ങൾ. ഏവർക്കും ഏക ലക്ഷ്യം. ആരതി തുടങ്ങും മുൻപ് സൗകര്യമായി ഒരു സ്ഥലം കണ്ടെത്തണം. അതിനാണ് എല്ലാവരും തിടുക്കപ്പെട്ടു നടക്കുന്നത്. അതിനിടയിൽ ഞാനും.

ഗംഗാ ആരതി വളരെ ആനന്ദദായിയായ കാഴ്ചയാണ്.

ദീപാലംകൃതമായ ഏഴു കുടകൾക്കു താഴെ പരമ്പരാഗത പട്ടു വസ്ത്രം ധരിച്ച ഏഴു പേർ നിൽക്കുന്നു. അതിൽ പ്രധാനി ആദ്യം കുറേയേറെ മന്ത്രങ്ങളും ചില ഗാനങ്ങളും ആലപിക്കുന്നു. പിന്നീട് ഏഴു പേർ ചേർന്നും സംഗീതാർച്ചനയുണ്ട്.

ശേഷമാണ് ദീപാർച്ചന.

ആദ്യം ചന്ദനത്തിരി കൊണ്ട്, പിന്നെ പൂവും, ധൂപവും, തട്ടു വിളക്കും, നാഗവിളക്കും ഒക്കെയായി ഗംഗയ്ക്ക് ആരതി ഉഴിയുന്നു. നാലു ദിക്കിലേക്കും അവർ ദീപവും ധൂപവും പൂക്കളും അർച്ചിക്കുന്നു. രാത്രി ഓളം വെട്ടുന്ന ഗംഗയിൽ വഞ്ചിയിലിരുന്ന് ഈ കാഴ്ച കാണുമ്പോൾ ഏഴു പേരുടേയും കൈകൾ നൃത്തം ചെയ്യുന്നതു പോലെ തോന്നും.

അന്തരീക്ഷത്തിൽ ദീപനാളങ്ങൾ ചിത്രം വരയ്ക്കുന്നതു കണ്ടു നിൽക്കുമ്പോൾ, ഗംഗയെ തഴുകുന്ന തണുത്ത കാറ്റ് എന്നെയും തഴുകി കടന്നുപോയി. ആരതിയ്ക്ക് അകമ്പടിയായി ഭജനയുണ്ട്. അച്യുതം കേശവം രാമനാരായണം തുടങ്ങി ഹരിനാമകീർത്തനം മുഴങ്ങുന്ന ഗംഗാ തീരം, ഓളങ്ങളിൽ നങ്കൂരമിട്ട നൗകകളിൽ നിന്നും ഇരുന്നു ആരതി വീക്ഷിക്കുന്നവർ വലിയ കൂട്ടമുണ്ട്.

കരയിലും വലിയൊരു ജനസഞ്ചയം.

വിദേശികളും സ്വദേശികളും, ചിലർ ഭക്തിയിൽ, ചിലർകാഴ്ച കാണാനുള്ള ആഗ്രഹത്തിൽ പക്ഷേ, എല്ലാ കണ്ണുകളും ആ ഏഴു പേരിലാണ്.

നൃത്തം ചെയ്യുന്ന അവരുടെ കൈകളിലാണ്.

അവർ വായുവിൽ വരയുന്ന ചിത്രങ്ങളിലാണ്.
ആരതി അവസാനിക്കുകയാണ്.
ഒത്തുകൂടിയവർ പിരിഞ്ഞു പോകാനുള്ള തിടുക്കത്തിലും.
ഒന്ന് ഒഴിഞ്ഞു നിന്നു.
തിരക്ക് ഒരുമിച്ച് ഒഴിഞ്ഞു പോകുകയാണ്.
കാത്തു നിൽക്കാം.
ശാന്തയായ ഗംഗ മുന്നിലുണ്ട്.
എനിക്ക് കുറച്ചു സമയം ഗംഗ കണ്ടിരിക്കണം.
ഞാൻ തിരക്ക് ഒഴിഞ്ഞ ദശാശ്വമേധ ഘാട്ടിന്റെ മുകളിൽ ഒരു പടിയിൽ ഗംഗയെ നോക്കിയിരുന്നു.
സമയം.... സമയവും കാലവും മനസ്സിലേക്കു കടന്നു വരുന്നില്ല.
ഗംഗയും അതിൽ പ്രതിബിംബിക്കുന്ന ദീപങ്ങളും മാത്രമാണു മുന്നിൽ. ഓളം വെട്ടുന്ന മഹാനദിയുടെ, മഹത്തായ സംസ്ക്കാരം പിറവി കൊണ്ട തീരത്ത് ഞാൻ ആരുമല്ലാതെ, ഒന്നുമല്ലാതെ, ആഗ്രഹങ്ങളൊഴിഞ്ഞ് നിശ്ശബ്ദയായിരുന്നു.
അകലെ അവ്യക്തമായി മണൽത്തിട്ട കാണാം.
മെല്ലെ ഒരു ഓംകാരം ഉള്ളിൽ രൂപപ്പെട്ടു.
കണ്ണടച്ചു. പ്രാണനെ സ്പർശിക്കുകയാണ്.
എത്ര നേരമങ്ങനെ?
അറിയില്ല... മാജീ... എന്ന ലല്ലയുടെ വിളിയാണ് ഉണർത്തിയത്.
അവൻ അടുത്തു വന്നിരുന്നു.
ഞാനവനെ തോളിൽ ചേർത്തു പിടിച്ചു.
അവൻ പറഞ്ഞു, 'എത്രയോ പേർ ഇവിടെ വന്നു പോകുന്നു, എത്രയോ പേർക്ക് ഞാൻ വഴികാട്ടിയായി, പക്ഷേ, നിങ്ങൾ എനിക്ക് സ്വന്തം അമ്മയെപ്പോലെ തോന്നുന്നു. അമ്മ, എന്നെ, ആശീർവദിക്കൂ.'
അവൻ എന്റെ കാലിൽ തൊടാൻ ഒരുങ്ങി.
ഞാനവനെ വിലക്കി.
ഗംഗയെ നോക്കി ഞങ്ങൾ ശിരസ്സു നമിച്ചു തൊഴുതു.
അവൻ എന്റെ കൈ പിടിച്ചു, തിരക്കൊഴിഞ്ഞ ഘാട്ടിന്റെ പടികൾ കയറി ഞങ്ങൾ തിരികെ മടങ്ങി.

ആറ്
സുബഹ് ഇ ബനാറസ്

പുലർച്ചെ ഒരു സൈക്കിൾ റിക്ഷയിൽ നേരെ അസിഘാട്ടിലേക്കു പോയി. ആറുമണിക്കു മുൻപായി അവിടെത്തി. മറ്റൊന്നിനുമല്ല, സുബഹ് ഇ ബനാറസ് കാണണം. പ്രാതഃസന്ധ്യയിലെ ഗംഗാ ആരതി ദർശിക്കണം.

അസിഘാട്ടിൽ എന്നും പുലർച്ചെ സംഗീതാർച്ചനയുണ്ട്.

അതാണ് സുബഹ് ഇ ബനാറസ്.

ചിലർ ഘാട്ടിലെ മണ്ഡപത്തിൽ യോഗാഭ്യാസം ചെയ്യുന്നു.

ചിലരാകട്ടെ ധ്യാനത്തിലാണ്.

ദശാശ്വമേധ് ഘാട്ടിനെ അപേക്ഷിച്ച് വൃത്തി കൂടുതലാണ് ഇവിടെ. പേരറിയാത്ത കലാകാരന്മാർ എത്തിച്ചേർന്നു. ഇനി ഞാൻ നേരിട്ടനുഭവിച്ചതു വിവരിക്കാൻ ആയിരം നാവുള്ള സാക്ഷാൽ അനന്തൻ പ്രത്യക്ഷനാകേണ്ടി വരും.

കാരണം, വാക്കുകൾക്ക് അതീതമാണ് ആ അനുഭവം.

കാശിയിലെ ഘാട്ടുകളിൽ മനോഹരമായതും തിരക്കു കുറവുള്ളതുമായ ഇടമാണ് അസിഘാട്ട്. അസിനദിയുടെ പേരിലാണ് ഈ ഘാട്ട് നിലകൊള്ളുന്നത്.

മുന്നിൽ വിശാലമായ നദി.

അതിലേക്ക് പറന്നിറങ്ങുന്ന, ഉയർന്നു പറക്കുന്ന ദേശാടന പക്ഷികൾ. ഇരുട്ടിലേക്കു തന്റെ പ്രകാശരശ്മികൾ സൂര്യൻ ചൊരിയവേ, പശ്ചാത്തലത്തിൽ സാരംഗിൽ നിന്നുയരുന്ന സംഗീതം.

വളരെക്കുറച്ചു കേൾവിക്കാർ.

സത്യത്തിൽ പാടുന്നവരും, കേൾക്കുന്നവരും ഒരു ഉന്മാദാവസ്ഥയിലാണ്. പ്രഭാതത്തിലെ ഗംഗാ ആരതിയും തുടങ്ങി.

സംഗീതവും ആ ഘാട്ടിലെ ആരതിക്കാഴ്ച്ചയും കണ്ടു കണ്ണുനിറയാത്തവർ ഹൃദയാലുക്കളല്ല എന്നു പറയേണ്ടി വരും. ആനന്ദം

തിരതല്ലുന്നത് അറിഞ്ഞിട്ടുണ്ടോ?

സംഗീതം ഇത്ര അലൗകികമായി എനിക്കിതുവരെ അനുഭവ വേദ്യമായിട്ടില്ല.

അത്രയ്ക്ക് ആനന്ദം.

തികച്ചും പൗരാണികമായ പടവുകളോടെ തീരത്തുയർന്നു നിൽക്കുന്ന പേരറിയാ മന്ദിരം. അതിലെ പടികളിലൊന്നിലാണു ഞാനിരുന്നത്. പുലരിയിലെ അസിഘാട്ട് അനുഭവിച്ചറിയേണ്ടതാണ്. വാക്കുകൾ അപ്രസക്തമാകുന്നിടം. എന്റെ നിറഞ്ഞ കണ്ണുകണ്ടിട്ടോ ഒരു ബാബ എന്നെ നോക്കി പുഞ്ചിരിച്ചു കൊണ്ട് കടന്നു പോയി.

കണ്ണുനീർ സങ്കടത്തിനു മാത്രമല്ലെന്ന് അദ്ദേഹം തിരിച്ചറിയുന്നുണ്ടാവും, നിശ്ചയം. മുന്നിലെ ഗായകൻ അടുത്തൊരു പാട്ടിലേക്കു കടന്നു.

ഞാൻ പടികൾ ഇറങ്ങി.

ഗംഗയെ വന്ദിച്ചു കാൽ നനച്ചു.

ഗംഗയ്ക്ക് ഒരു വല്ലാത്ത വശ്യതയുണ്ട്.

മാടി വിളിച്ചു തന്റെ അടിത്തട്ടിലേക്ക് വലിച്ചെടുക്കാനുള്ള വശ്യത.

മനസ്സ് തുടിച്ചു.

അടുത്ത പടി കൂടി ഇറങ്ങിയാൽ....

ബോധം തടഞ്ഞു. ഉറപ്പാണ്, ഒരു പടി കൂടി ഇറങ്ങിയിരുന്നെങ്കിൽ ഞാൻ തിരികെ മടങ്ങില്ലായിരുന്നു.

മെല്ലെ തിരിച്ചു നടന്നു. പുറത്ത് കടകൾ തുറക്കുന്നേ ഉള്ളൂ.

ഏഴര മണിയോടെ ഘാട്ടിനു മുന്നിലുള്ള ചായക്കടയിൽ നിന്നൊരു ബ്രഡ് ടോസ്റ്റും മൺ കോപ്പയിൽ ചായയും കഴിച്ചു. വിശപ്പും മാറി. ബ്രഡിൽ നല്ല വെളുത്ത മലായി ആണ്.

എന്തൊരു രുചി!

ഹോട്ടലിലേക്കു വിളിച്ചു, കാറു വരും.

ഇന്ന് ലല്ല വൈകുന്നേരം വരെ തിരക്കിലാണ്.

എനിക്ക് രാംനഗർ കോട്ടയും, സാരാനാഥും കാണണം.

അങ്ങനെയാണ് യാത്ര കാറിൽ ആക്കിയത്. ഓരോ ദിവസത്തെക്കുറിച്ചും ധാരണയുണ്ട്, ആദ്യം കാണേണ്ടത് ഭാരത് മാതാ ക്ഷേത്രമാണ്. മഹാത്മാഗാന്ധി കാശി വിദ്യാപീഠ് കാമ്പസിലാണ് ക്ഷേത്രം സ്ഥിതി ചെയ്യുന്നത്.

നമ്മുടെ രാജ്യം, സ്വന്തം നാട് എന്നൊക്കെ പറയുമ്പോൾ, ഉള്ളിലുയരുന്ന ഒരു വികാരമുണ്ട്, അതിർത്തിയിൽ ശത്രുക്കൾ പ്രശ്നമുണ്ടാക്കുമ്പോഴും, ഇന്ത്യ ക്രിക്കറ്റുകളിക്കുമ്പോഴും ഉയരുന്ന അതേ

ആ ഒന്ന്, ആ ഒരു സംഗതി ഉണരുന്ന ഒരു കാഴ്ചയുണ്ട് വാരാണസിയിൽ. അവിടമാണ് ഭാരത് മാതാ ക്ഷേത്രം.

ക്ഷേത്രമാണ് പക്ഷേ, വിശ്വാസികൾ ഇല്ല.

വരുന്നവർ സന്ദർശകരാണ്.

അവർ കാഴ്ചകൾ കാണുന്ന ലാഘവത്തിൽ ഗൈഡുകൾ നിർദ്ദേശിക്കുന്നതിനാൽ അവിടെയും എത്തുന്നു മാത്രം. ഞാൻ ചെല്ലുമ്പോൾ ആരുമില്ല.

ഏക സന്ദർശകയായി ഏതാണ്ട് ഒരുമണിക്കൂർ ഞാനവിടെ കഴിഞ്ഞു. എനിക്ക് തിരക്കില്ല. ആരോടും ഒന്നും ബോധിപ്പിക്കേണ്ടതില്ല. ഇവിടെ ഒരു ഉപദേവനുണ്ടെങ്കിൽ അതു രാഷ്ട്രപിതാവ് മഹാത്മാഗാന്ധിയാണ്.

അദ്ദേഹമാണിതു ദർശനത്തിനായി തുറന്നു കൊടുത്തത്.

തൊട്ടു മുന്നിൽ ഒരു പച്ചക്കറി മാർക്കറ്റ് ആണ്.

അവിടെ നിന്ന് ഉയരുന്ന കലപിലശബ്ദം മന്ദിറിനകത്തേക്കും കടന്നു വരുന്നുണ്ട്. ഭക്തർക്ക് വലിയ പ്രതീക്ഷയില്ലാത്ത മന്ദിർ ആയതിനാൽ പരിപാലനവും ഏതാണ്ട് കണക്കാണ്. ചുമരുകളിൽ നിറഞ്ഞ പലവിധം ചിത്രങ്ങൾ, ഒട്ടുമിക്കവയും ഓരോ കാലഘട്ടത്തിലെ ഭാരതത്തിന്റെ ഭൂപടമാണ്, അവ ഏറെക്കുറെ നശിച്ചിരിക്കുന്നു.

മങ്ങിയും അടർന്നും, അവയെ അങ്ങനെ കാണുമ്പോൾ പടയോട്ടങ്ങൾ അനാഥമാക്കിയ രാജ്യങ്ങളെ ഓർമ വരും.

ഭാരത മാതാ ക്ഷേത്രം ആകെയൊരു മൗഢ്യത്തിൽ, എന്നാൽ ഗതകാല സ്മൃതികളിൽ അങ്ങനെ നിലകൊള്ളുന്നു.

ഭാരതത്തിന്റെ എന്നു പറഞ്ഞാൽ ശരിയാവില്ല.

ഭാരത വർഷത്തിന്റെ മാപ്പ് ആണ് ഈ ക്ഷേത്രത്തിന്റെ പ്രതിഷ്ഠ എന്നു പറയാം. ഒരു വലിയ കെട്ടിടത്തിന്റെ നാലുവശവവും വീതിയുള്ള ഇടനാഴി. അതിന്റെ മധ്യത്തിൽ നിലത്ത് മാർബിളിൽ കൊത്തിയെടുത്ത ഭൂപടം. അതിൽ രാജ്യത്തെ എല്ലാ പർവ്വതങ്ങളും നദികളും തടാകങ്ങളും കൃത്യമായി അടയാളപ്പെടുത്തിയിട്ടുണ്ട്.

ലക്ഷദ്വീപുകളും ശ്രീലങ്കയും ആൻഡമാനും, മ്യാൻമർ വരേയും അതിലുണ്ട്. എത്ര വിശാലമാണ് ഈ ഉപഭൂഖണ്ഡം എന്നു കാട്ടിത്തരുന്ന നിർമ്മിതി. പരമ്പരാഗത ഉത്തരേന്ത്യൻ നിർമ്മാണ ശൈലിയിലാണ് കെട്ടിടം നിലകൊള്ളുന്നത്. രണ്ടുനിലയിൽ പ്രൗഢഗംഭീരം. പൂജയില്ല. കോലാഹലങ്ങളില്ല. ഒരു ദേശത്തെക്കുറിച്ചുള്ള ചിന്തകൾ മാത്രം.

ടിയിൽ മുങ്ങിക്കിടക്കുന്നു. ഫോട്ടോ എടുത്താൽ 500 രൂപ ഫൈൻ ഉണ്ട് എന്ന് എല്ലായിടത്തും എഴുതി വച്ചിട്ടുണ്ട്. അതും ആരേയും പ്രലോഭിപ്പിക്കുന്നില്ല. ആർക്കും പൊടി മൂടിയ പ്ലിമിത്തിന്റെ ഫോട്ടോ വേണ്ടാത്രേ. വണ്ടികളും രഥങ്ങളും പ്രതാപകാലത്തെ പൊടിയിൽ മുക്കി തല താഴ്ത്തി ഒളിക്കുമ്പോൾ കണ്ണാടി പെട്ടിയ്ക്കുള്ളിൽ ആയുധങ്ങൾ തിളങ്ങുന്നു, കുന്തം, കുറുവടി, വാൾ, അമ്പ് വില്ല്, വിവിധ തരം കത്തി, എസ് കത്തി ഉൾപ്പെടെ, അങ്ങനെ രക്തം കണ്ട് അറപ്പു തീർന്ന ആയുധങ്ങൾ ചെറുചിരിയോടെ ഇരിപ്പുണ്ട്.

ചിലതിന്റെ കൂർത്ത അഗ്രങ്ങൾ എങ്ങനെയാകും ശത്രുവിന്റെ മാറു പിളർന്നതെന്നോർത്തു ഒന്നു നടുങ്ങി ഞാൻ.

ഇനിയുള്ളത് രാജവസ്ത്രങ്ങളാണ്.

മങ്ങി പൊടിഞ്ഞ ഗതകാല സ്മൃതി.

പക്ഷേ, പറയാതെ വയ്യ അന്നത്തെ കിംഖ സിൽക്കിന്റെ നെയ്ത്തു മികവ് അതുല്യം തന്നെ.

അവിടെ നീണ്ട ഇടനാഴിയിലൂടെ നടന്നാൽ കോട്ടയുടെ പുറത്ത് ഗംഗയുടെ തീരത്ത് എത്താം. ഗംഗാ നദിയുടെ കിഴക്കേക്കരയിലാണ് കോട്ട സ്ഥിതി ചെയ്യുന്നത്. ബനാറസ് ഹിന്ദു യൂണിവേഴ്സിറ്റിയുടെ സമീപത്തു നിന്നും ആരംഭിക്കുന്ന രാംനഗർ പാലത്തിലൂടെ കോട്ടയിലെത്താൻ വെറും പത്തു മിനിറ്റുമതി ഇന്ന്.

എന്നാൽ വഞ്ചിയിലാണു യാത്രയെങ്കിൽ ഗംഗ തരണം ചെയ്യാൻ ഒരു മണിക്കൂറിലേറെ സമയം വേണ്ടിവരും. ക്രീം നിറത്തിലെ വലിയ ചുണ്ണാമ്പു കല്ലുകൾ ചെത്തി ഒതുക്കിയാണ് കോട്ട പണിതിരിക്കുന്നത്. മ്യൂസിയം ഒരു പ്രധാന ആകർഷണമായി അനുഭവപ്പെട്ടില്ലെങ്കിലും, കൊട്ടാരക്കെട്ടിൽ നിന്നു കൊണ്ടുള്ള ഗംഗയുടെ കാഴ്ച ഒരു അവാച്യമായ കാഴ്ചയായിരുന്നു. വളരെ ഭംഗിയുള്ള കൊത്തുപണികളുള്ള മട്ടുപ്പാവിൽ നിന്നാണ് നമ്മൾ ഗംഗയെ കാണുന്നത്. മറുതീരം പ്രതാപം അവസാനിക്കാത്ത പൗരാണിക കാശി നഗരമാണ്. വെറുതേ സങ്കല്പിക്കാൻ രസകരമാണ് അവിടത്തെ കാഴ്ചകൾ, അന്തഃപുര സ്ത്രീകൾ അവരുടെ പ്രണയം പറഞ്ഞ കടവുകൾ ആകില്ലേ ഇവിടത്തേത്?

ശിവലിംഗത്തിൽ പൂക്കൾ അർപ്പിച്ചു പ്രാർത്ഥിക്കുന്നതിനിടയിൽ അവർ ഒളികണ്ണിട്ടു തന്റെ പ്രിയപ്പെട്ടവനെ തേടിയിട്ടുണ്ടാകില്ലേ?

അതുപോലെ ഇരുണ്ട മഞ്ഞുകാലത്തോ കലികൊണ്ട വർഷത്തിലോ അകന്നുപോയതോ ശത്രുവിന്റെയോ സ്വന്തം രാജാവിന്റെ തന്നെയോ വാളിനിരയായത് അതിലൊരാൾ ആകില്ലെന്ന് ആരു

കണ്ടു. രാംനഗർ കോട്ടയിൽ എനിക്കു മറ്റൊന്നും കാണാനായില്ല. നേർത്ത വിതുമ്പലുകൾ, വീണ്ടും കാതോർത്താൽ പാദസരക്കിലുക്കം, ചിതറി വീഴുന്ന കുപ്പിവളത്തുണ്ടുകൾ, ശരിയാണ് ഈ കഥകൾ ചരിത്രം എവിടെയും രേഖപ്പെടുത്തില്ല. ചരിത്രത്തിനു വേണ്ടത് യുദ്ധവും, യുദ്ധതന്ത്രങ്ങളുമാണ്. ചരിത്രത്തിൽ പ്രണയത്തിനെവിടെ സ്ഥാനം? ഒരു പട്ടാളക്കാരൻ തോക്കും പിടിച്ച് അലസനായി ഇരിക്കുന്ന മണ്ഡപത്തിനടുത്ത് ഞാനും ചെന്നിരുന്നു. യുവാവാണയാൾ, നനുത്ത മീശയുള്ള വെളുത്ത സുന്ദരൻ. തലപ്പാവും കിന്നരിവച്ച കുപ്പായവും ഇട്ടാൽ ഒരു രാജപ്രൗഢി ഉണ്ട് അയാൾക്ക്. വെറുതേ മുകളിലേക്കു നോക്കി, അവിടെ മട്ടുപ്പാവിൽ മൂടുപടത്താൽ മുഖം മറച്ച് ഒരു സുന്ദരി അയാളെ നോക്കി നിൽപ്പുണ്ടോ?

ഈ കോട്ട ഒട്ടനവധി ഗൂഢാലോചനകൾക്കും, ചതിപ്രയോഗങ്ങൾക്കും, ഭരണാധികാരികളുടെ നിസ്സഹായതയ്ക്കും ദൃക്സാക്ഷിയാണ്. ഇവിടുത്തെ രാജാക്കന്മാർ ജനങ്ങളുടെ വിദ്യാഭ്യാസത്തിനും, കാർഷിക അഭിവൃദ്ധിയ്ക്കു വേണ്ടിയുള്ള പ്രവർത്തനങ്ങൾക്കും ചുക്കാൻ പിടിച്ചു. അതേസമയം ബ്രിട്ടീഷുകാരുമായി സന്ധിയില്ലാത്ത നിലപാടുകളാണ് രാജകുടുംബത്തിന്റെ മുൻ തലമുറ സ്വീകരിച്ചത്. എന്നാൽ പിൽക്കാലത്ത് ബ്രിട്ടീഷുകാരോടു പൊരുത്തപ്പെട്ടു പോകേണ്ട അവസ്ഥ അവർക്കുണ്ടായി. ഭാരതത്തിന്റെ സ്വാതന്ത്ര്യലബ്ധിക്കു ശേഷം രാജ്യം ഉത്തർപ്രദേശിൽ ലയിച്ചു. ഓരോന്ന് ചിന്തിച്ചു സമയം കടന്നു പോയി. ഞാൻ എഴുന്നേറ്റു. എന്നെ കടന്നു പോയ തീർത്ഥാടകരായ ആന്ധ്രാ വനിതകൾ ഹര ഹര മഹാദേവ് വിളിക്കുന്നു.

അവർക്കു കേൾക്കാനാകുമോ അന്തഃപുര സ്ത്രീകളുടെ പൊട്ടിച്ചിരികളും, അപ്രതീക്ഷിതമായിക്കിട്ടുന്ന പ്രണയ സമ്മാനങ്ങളുടെ ഇളം ചൂടേറ്റുയരുന്ന കുറുകലുകളും, പ്രണയപരിഭവങ്ങളുടെ നേർത്തതേങ്ങലും വിരഹത്തിന്റെ നെഞ്ചുലയ്ക്കും നിലവിളികളും?

അവർ, ശിവലിംഗത്തിനു മുന്നിൽ കൈക്കൂപ്പി നിൽക്കുന്നു. ഞാൻ യുദ്ധങ്ങളുടെ ചരിത്രാവർത്തനത്തിനെക്കുറിച്ചോർത്തു പുറത്തേക്കു നടന്നു. അനന്ത് നാരായൺ സിംഗ് ആണ് നിലവിലെ കാശി നരേശ്. കോട്ടയുടെ ചെറിയൊരു ഭാഗത്തേക്കു മാത്രമാണ് സന്ദർശകർക്കു പ്രവേശിക്കാൻ അനുവാദമുള്ളത്. കാവൽഭടന്മാരെ കോട്ട കാവലിനു വിട്ട് ഞാൻ പുറത്തേക്കിറങ്ങി. ചരിത്രസ്മൃതികളുടെ വലിയൊരു ലോകത്തിൽ നിന്നും ചെറുതിലേക്ക്....

ഏഴ്

ബുദ്ധ ദർശനങ്ങളുടെ മണ്ണിലൂടെ ഒരു യാത്ര

നൂറ്റാണ്ടുകൾക്കു മുൻപ് വിശ്വവിജയത്തിനായി തേരോട്ടം നടത്തിയ അശോക ചക്രവർത്തിയേയും അസാധാരണമാം വിധം ചോരപ്പുഴ ഒഴുക്കിയ കലിംഗ യുദ്ധത്തിനു ശേഷം അദ്ദേഹത്തിനുണ്ടായ മാനസാന്തരത്തിനു കാരണക്കാരനായ ധർമനിഷ്ഠനായ ഗുരു, ഗൗതമ ബുദ്ധന്റെയും കഥകൾ നമുക്കറിയാം.

ഹൈന്ദവതയുടെ മടിത്തട്ടായ കാശിയിൽ നിന്നും ബുദ്ധമതത്തിന്റേയും ജൈനമതത്തിന്റേയും പ്രധാന ഭൂമികയായ സാരാനാഥിലേക്കാണു ഞാൻ യാത്ര ചെയ്യുന്നത്.

ഈ യാത്രയും എനിക്കൊരു കാഴ്ചയും തിരിച്ചറിവുമാണ്.

ബോധോദയം ലഭിച്ച ബുദ്ധൻ അഞ്ചു ശിഷ്യൻമാർക്ക് ആദ്യമായി ധർമം ഉപദേശിച്ച സ്ഥലത്തേക്ക്, സാരാനാഥിലേക്ക്...

രാംനഗർ കോട്ടയിൽ നിന്നും നേരെ സാരാനാഥിലേക്കാണ് യാത്ര. ഗംഗയുടെ കിഴക്കേ കരയിൽ പൊതുവേ വലിയ തിരക്കില്ല. നഗരം എന്നതിനേക്കാൾ ഗ്രാമപ്രാന്തപ്രദേശമായിട്ടാണ് കാഴ്ചയിൽ അനുഭവപ്പെട്ടത്. ധാരാളം ക്ഷീരകർഷകർ പാലുമായി വ്യാപാരികളെ സമീപിക്കുന്നതു കാണാമായിരുന്നു.

പിന്നീട്, കാർ ഗംഗയിലെ അതിപുരാതനമായ മറ്റൊരു പാലം കടന്ന് തിരിച്ച് വാരാണസിയിലേക്കു പ്രവേശിച്ചു. ആ പാലത്തെക്കുറിച്ച് അല്പകാര്യങ്ങൾ അജയ് പറഞ്ഞു തന്നു. 1887-ലാണ് മാളവ്യ ബ്രിഡ്ജ് എന്നും രാജ്ഘാട്ട് ബ്രിഡ്ജ് എന്നും അറിയപ്പെടുന്ന ഡബിൾ ഡക്കർ പാലത്തിന്റെ പണി പൂർത്തിയായത്. കാശിയുടെ പുരോഗമനത്തിൽ വലിയ മുന്നേറ്റമാണ് അതോടെ സംഭവിച്ചത്. രണ്ടു നിലയുള്ള പാലത്തിന്റെ താഴേ തട്ടിലൂടെ ട്രെയിനും മുകൾത്തട്ടിലൂടെ വാഹനങ്ങളും സഞ്ചരിക്കുന്നു.

ഇരുപത്തൊന്നാം നൂറ്റാണ്ടിന്റെ സാങ്കേതിക മുന്നേറ്റത്തെക്കുറിച്ച്

ഊറ്റം കൊള്ളുമ്പോൾ പത്തൊമ്പതാം നൂറ്റാണ്ടിലെ ആ നിർമ്മിതി അഭിമാനത്തോടെ തല ഉയർത്തി നിൽക്കുന്നു.

പാലവും കണ്ട് ഗംഗാതീരത്തെ കൃഷിയിടങ്ങളും കണ്ട് വലിയ തിരക്കില്ലാതെ ഞങ്ങൾ കാശിയിലേക്കു കടന്നു. അതോടെ, കാര്യങ്ങൾ വീണ്ടും മാറിമറിഞ്ഞു. ഇനി വടക്കോട്ടു സഞ്ചരിക്കേണ്ടത് വാരാണസിയിലെ ഞെരുക്കുന്ന ട്രാഫിക്കിലൂടെ വേണം. ഞങ്ങൾ സഞ്ചരിച്ച വഴിയാകട്ടെ പല ഭാഗങ്ങളിലും ആകെ തകർന്നു കിടക്കുന്നു. ഒരു മേൽപ്പാലം വരുന്നു. അതിന്റെ പണികൾക്കിടയിൽ തകർന്ന റോഡിലൂടെയാണ് സാരാനാഥ് യാത്ര. അതിനാൽ അല്പം കൂടുതൽ സമയം എടുത്താണ് സാരാനാഥിൽ എത്തിയത്.

ആദ്യ കാഴ്ച ചൗഖണ്ഡി സ്തൂപം ആയിരുന്നു. ബുദ്ധ സംസ്കാരം ലോകത്തിന് മുന്നിൽ ഒരു വലിയ പാഠപുസ്തകമാണ്. അഹിംസയുടെയും ത്യാഗത്തിന്റെയും മഹത് സന്ദേശങ്ങൾ ഇന്നും ഓർമ്മിപ്പിക്കുന്ന അപൂർവ്വ പ്രദേശമാണ് സാരനാഥ്. ബുദ്ധന്റെ മുഖത്തെ ശാന്തതയാണ് ഇവിടത്തെ വായുവിന്. ബോധഗയയിൽ വെച്ച് ബുദ്ധന് ജ്ഞാനമാർഗം ലഭിച്ചതിന് ശേഷം അദ്ദേഹം ആദ്യം വന്നത് സാരനാഥിലേക്കായിരുന്നു. ഇവിടെ വെച്ചാണ് തന്നിലേക്കു ശിഷ്യപ്പെട്ടുവന്ന തന്റെ സുഹൃത്തുക്കൾ കൂടി ആയിരുന്ന അഞ്ചുപേരിലേക്ക് ആദ്യമായി ധർമ്മസന്ദേശങ്ങൾ പകർന്നു നൽകിയത്.

മൃഗദാവ, ഋഷിപട്ടണം എന്നീ പേരുകളിലും സാരനാഥ് അറിയപ്പെടുന്നു. ബുദ്ധ സംസ്കാരത്തിന്റെ സൂചകങ്ങളായ നിരവധി പ്രതിമകളും സ്തൂപങ്ങൾ ഇവിടെ ചിതറിക്കിടക്കുന്നു. ചൗഖണ്ഡി സ്തൂപമാണ് എന്റെ ശ്രദ്ധയെ ആദ്യം ആകർഷിച്ചത്. ഞങ്ങൾ കാർ പാർക്ക് ചെയ്ത് അകത്തു പ്രവേശിച്ചു.

ഇവിടെയാകെ, കാലഘട്ടത്തിന്റെ തിരുശേഷിപ്പുകൾ ആണ്.

ബുദ്ധനും ശിഷ്യരും ലോകത്തിന്റെ ദുഃഖമകറ്റാൻ അവരുടെ ജീവിതം മാറ്റിവയ്ക്കാൻ നിശ്ചയിച്ചത് ഈ പ്രദേശത്തു ധ്യാനനിരതരായിരുന്നു കൊണ്ടാണല്ലോ.

കണ്ടും കേട്ടും ഞാൻ നടന്നു.

ധാരാളം വിദേശികൾ ഉണ്ടിവിടെ.

കൂടുതലും ജപ്പാൻകാരാണ്.

വലിയ ഗ്രൂപ്പുകളായി അവർ എത്തുന്നു. അവരുടെ പ്രധാന തീർത്ഥാനടന കേന്ദ്രമാണ് സാരാനാഥ്. ഇഷ്ടികകൊണ്ട് നിർമ്മിച്ച ഈ സ്തൂപം എട്ട് മുഖങ്ങളുള്ള ഒരു കെട്ടിടത്താൽ ചുറ്റപ്പെട്ടിരിക്കുന്നു.

അശോക ചക്രവർത്തിയാണ് ഇത് പണികഴിച്ചതെന്നാണ് കരു

തപ്പെടുന്നത്. ഇവിടെ സ്തൂപത്തിനുള്ളിൽ ബുദ്ധന്റെ തിരുശേഷിപ്പുകൾ സംരക്ഷിക്കപ്പെട്ടിരിക്കുന്നു. ഇന്ന് ആർക്കിയോളജിക്കൽ സർവ്വേ ഓഫ് ഇന്ത്യയാണ് ഇവിടം പരിപാലിക്കുന്നത്.

പുറത്തേക്കിറങ്ങി ഒരു മൺകോപ്പയിലെ ചൂട് മസാലച്ചായ കുടിച്ച് ഞങ്ങൾ നടന്നു തുടങ്ങി. ധാരാളം ആരാധനാലയങ്ങൾ ബുദ്ധനു വേണ്ടി ഇവിടെ രൂപം കൊണ്ടിട്ടുണ്ട്. ഇനി കാണേണ്ടത് ബുദ്ധപ്രതിമയാണ്. എൺപതടി ഉയരമുള്ള പൂർണകായ പ്രതിമ ഒരു പൂന്തോട്ടത്തിനുള്ളിലാണ് നിലകൊള്ളുന്നത്. അശോക സ്തംഭത്തിന്റെ മാതൃകയും അവിടെക്കാണാം.

അഫ്ഗാനിസ്ഥാനിൽ ബുദ്ധപ്രതിമകൾ മെഷിൻ ഗൺ കൊണ്ടു തകർക്കപ്പെട്ടതിനു ശേഷം അതേ മാതൃകയിൽ നിർമ്മിച്ചതാണ് ഈ വിഗ്രഹം. ബുദ്ധമതം ഒരു കാലത്ത് അഫ്ഗാനിലും പ്രചാരത്തിൽ ഉണ്ടായിരുന്നതാണല്ലോ. അവിടെ നിന്നും കാഴ്ചകൾ കണ്ട്, ഞങ്ങൾ തായ് ക്ഷേത്രത്തിലേക്കു നടന്നു. വലിയ രണ്ടു സിംഹ പ്രതിമകൾ കാവൽ നിൽക്കുന്ന ക്ഷേത്രം കണ്ട ശേഷം, മ്യൂസിയത്തിലേക്കും ധമക് സ്തൂപം കാണുന്നതിനുമായി ഞാൻ ഓൺലൈൻ ടിക്കറ്റ് എടുത്തു.

മ്യൂസിയം, വാളും പരിചയും തോക്കും ബുദ്ധ രൂപങ്ങളും ഒക്കെയായി നിലകൊള്ളുമ്പോൾ എനിക്കു കൂടുതൽ കൗതുകം തോന്നിയത് വിശാലമായ അവശേഷിപ്പുകളോടാണ്. ഇവിടെ ഈ മ്യൂസിയത്തിലാണ് യഥാർത്ഥ അശോകസ്തംഭം ഉള്ളത്. പലതരത്തിലുള്ള ചിത്രങ്ങളും കല്ലിലെ കൊത്തുപണികളും ഇവിടെ ഉണ്ട്. ബുദ്ധസംകാരത്തിന്റെയും ഗുപ്ത സാമ്രാജ്യത്തിന്റെയും കലാ സാഹിത്യ പാടവങ്ങളുടെ അവശേഷിപ്പുകളും ഇവിടുണ്ട്.

മ്യൂസിയത്തിൽ നിന്നും പുറത്തു കടന്ന ഞാൻ ആദ്യം ദൂരെ നിന്നും ധമക് സ്തൂപം കണ്ടു. വിശാലമായ മൈതാനത്ത്, ഇഷ്ടിക കൊണ്ടുള്ള നിർമ്മിതികളുടെ അവശേഷിപ്പുകൾക്കിടയിൽ ഒരു കൂറ്റൻ സ്തൂപം! അതാണ് ധമക് സ്തൂപം. അവയിൽ ചില ലിഖിതങ്ങൾ ഇപ്പോഴും കാണാനാകും.

28 മീറ്റർ ഉയരവും 43.6 മീറ്റർ വ്യാസവുമുണ്ട് ഈ സ്തൂപത്തിന്.

അശോക ചക്രവർത്തിയുടെ കാലത്ത് നിർമിച്ച ഇതിന്റെ ആദ്യ ഘടനയൊക്കെ സിഇ 500-ൽ നടന്ന പുനർനിർമാണത്തിൽ മാറിയിട്ടുണ്ട്. ധാരാളം സഞ്ചാരികൾ ഇവിടെ വന്നെത്തിയിട്ടുണ്ടെങ്കിലും തിക്കോ തിരക്കോ തീരെ അനുഭവപ്പെട്ടില്ല. ഏറെ സമയം പുരാതന ലിഖിതങ്ങളും അവശേഷിപ്പുകളും കണ്ട്, ഒരിക്കൽ ഇവിടം

ആ മഹാഭിക്ഷുവിന്റെ ധർമശാസനകൾക്കു കാതോർത്ത ഇടമാണല്ലോ എന്നൊക്കെ ചിന്തിച്ച് ഞാൻ കുറച്ചു നേരം ഞാനവിടെ കഴിച്ചുകൂട്ടി.

ഏറ്റവും ദേഷ്യക്കാരനായ, ആക്രമണകാരിയായ അശോക ചക്രവർത്തിയിൽ പരിവർത്തനത്തിന്റെ വിത്തുപാകിയത് കലിംഗ യുദ്ധത്തിൽ ചിതറിയ രക്തത്തേക്കാളേറെ, ബുദ്ധധർമത്തിന്റെ സാരാംശം ആകണം.

വലിയ രക്തച്ചൊരിച്ചിൽ പിന്നീട് കുറ്റബോധത്തിനും, പിൽക്കാലത്ത് ദയാലുവായ ഭരണാധികാരിയിലേക്കും അശോകനെ മാറ്റിമറിച്ചു. ഈ സാരാനാഥിലിരുന്നാണ്, തന്റെ ചിന്തകൾ മനുഷ്യർക്കു പകർന്നു നൽകണം എന്നു ബുദ്ധൻ ചിന്തിച്ചത്.

അദ്ദേഹമിരുന്നു ധ്യാനിച്ച സ്ഥലം ഞാൻ തൊട്ടു വന്ദിച്ചു.

നിശ്ചമായും ഇവിടെ ഓരോ മണൽത്തരിയിലും ആ പുണ്യാത്മാവിന്റെ പാദം പതിഞ്ഞിരിക്കണം. ഇവിടെ കാണാൻ കാഴ്ചകൾ ഏറെയുണ്ട്.

കലിംഗ യുദ്ധത്തിന്റെ, പിന്നീടുണ്ടായ നൂറുകണക്കിന് യുദ്ധങ്ങളുടെ, ഇന്നും അവസാനിക്കാത്ത പകയുടെ ഇരമ്പൽ സന്ദർശകരുടെ ഇരമ്പലായി ബുദ്ധസൂക്തങ്ങൾക്കു മുകളിൽ നമ്മുടെ കർണ്ണപുടത്തിൽ പതിയുന്നുണ്ട്. ബുദ്ധനോ, മഹാവീരനോ തടയാൻ സാധിക്കാത്ത യുദ്ധങ്ങളിലെ പോർവിളി ഇന്നും ഭൂമിയിൽ മുഴങ്ങുമ്പോൾ, ഞാൻ ആ നൂറ്റാണ്ടു പിന്നിട്ട ആലിൻചുവട്ടിൽ നിന്നു കൊണ്ടു ക്ഷമാപണം ചെയ്തു.

എന്റെ കൂടി പിഴയാണ്.

സാധാരണക്കാരുടെ തലയ്ക്കു മീതേ പറക്കുന്ന ഭരണാധികാരികളുടെ ഒരു നിമിഷത്തെ ആവേശം നശിപ്പിക്കുന്ന ജീവനുകളെക്കുറിച്ച് നെടുവീർപ്പിടാനോ കൊട്ടാരം ഉപേക്ഷിച്ചിറങ്ങാനോ ഇനിയൊരു ബുദ്ധൻ അവതരിക്കുമോ?

കാഴ്ചകൾ അവസാനിക്കുന്നില്ല സാരാനാഥിൽ...

സാരാനാഥിൽ ഇനി കാണേണ്ടത് മുളകാന്തകുടി വിഹാർ ആണ്. വലിയ എടുപ്പോടുകൂടിയ ബുദ്ധക്ഷേത്രവും, അതിനോടു ചേർന്ന് പ്രാർത്ഥനാ മണികൾ അതിരിടുന്ന വലിയ ബോധി വൃക്ഷവും കാണാം. ബോധി വൃക്ഷത്തിനു മുന്നിൽ ബുദ്ധന്റെയും അഞ്ചു ശിഷ്യന്മാരുടേയും ശില്പം കാണാം. ആദ്യമായി തന്റെ ദർശനങ്ങൾ ഈ ബോധി മരച്ചുവടിൽ ഇരുന്നാണ് ബുദ്ധൻ തന്റെ ശിഷ്യർക്കു പകർന്നു നൽകിയതെന്നു കരുതപ്പെടുന്നു.

ഞാനതു കണ്ടുനിന്നു ഏറെനേരം. അല്പം അകലെ വിശ്വനാഥ ക്ഷേത്രത്തിന്റെ താഴികക്കുടം കാണാം.

ശ്രീ ശങ്കരാചാര്യരുടേയും, അഹല്യാദേവിയുടേയും പൂർണകായ പ്രതിമകൾ ഇടനാഴിയിൽ സ്ഥാപിച്ചിട്ടുണ്ട്. ലിഫ്റ്റും, എസ്കലേറ്ററും ഉൾപ്പെടെയുള്ള സൗകര്യങ്ങളും ഷോപ്പിങ്ങിനായി കടമുറികളും ഉണ്ട്. അവ പക്ഷേ, പ്രവർത്തിച്ചു തുടങ്ങിയിട്ടില്ല. തീർച്ചയായും പരമ്പരാഗത കെട്ടിടങ്ങൾ പൊളിച്ചുമാറ്റിയപ്പോൾ പ്രതിഷേധസ്വരങ്ങൾ ഉയർന്നിരുന്നു. പലതും കയ്യേറ്റങ്ങൾ ആയിരുന്നതിനാൽത്തന്നെ കൃത്യമായ ഉടമസ്ഥാവകാശം പലതിനും ഉണ്ടായിരുന്നില്ല.

കാശിയുടെ പ്രത്യേകത അത് പൗരാണികത ഇന്നും മുറുകെ പിടിക്കുന്നു എന്നതാണ്. ഒരാൾക്കു മാത്രം കടന്നുപോകാവുന്ന ഗലികൾ വീതി കൂട്ടുക അസാധ്യമാണിവിടെ. അത്തരത്തിൽ ഏറ്റവും ഇടുങ്ങിയ, ജനസാന്ദ്രതയേറിയ ഭാഗമാണ് കോടതിയും കേസുകളും ഇല്ലാതെ ഒഴിപ്പിച്ചതും അവിടെ ഇത്തരം ഒരു ഇടനാഴി രൂപകല്പന ചെയ്തും. ഒരു മതിൽ വ്യത്യാസത്തിൽ പൗരാണികതയും ആധുനികതയും നിലകൊള്ളുന്നത് ഇവിടെ ദർശിക്കാം, ഗംഗയിൽ രണ്ടു നദികൾ വന്നു ചേരുമ്പോൾ ഇടകലർന്നൊഴുകാൻ പെട്ടെന്നൊരു വിമുഖത നദികളും സ്വീകരിക്കാറുണ്ടല്ലോ. അതുപോലെ കാശിയും.

എന്തായാലും സഞ്ചാരികൾക്ക്, വൈകുന്നേരങ്ങളിൽ ഗംഗയിലെ കാറ്റേറ്റ്, ഇടനാഴിയിലെ ദീപപ്രഭ കണ്ട് സമയം ചെലവിടാൻ കഴിയുക പ്രത്യേക അനുഭവമാണ്. കുറച്ചു സമയം കൂടി അവിടെ ചെലവിട്ട ശേഷമാണ് അടുത്തതു മണികർണിക എന്നു ലല്ല പറഞ്ഞത്.

ഇനി ഇടനാഴിയിൽ നിന്നും പുറത്ത് ഗലിയിലേക്കു കടക്കണം. ഒരു നില താഴേക്ക് പടികൾ ഇറങ്ങുമ്പോൾ ഒരു ചെറിയ ഗേറ്റ്.

അവിടെ നാലു പോലീസുകാർ.

അവർ ഞങ്ങളെ നോക്കിയതുപോലുമില്ല.

ഞാൻ അവിടെ നിന്ന് പുറത്തേ വഴിയിലേക്ക് ഇറങ്ങാൻ തുടങ്ങുമ്പോൾ മുന്നിൽ നിന്ന് അവൻ തടഞ്ഞു.

'നഹീ... ദോ തീൻ മിനിട്ട് വെയ്റ്റ് കീജിയെ...'

ഞാൻ അവന്റെ മുഖത്തേക്കു നോക്കി.

രാമ് നാമ് സത്യ് ഹെ.... എന്ന ശബ്ദം അകലെ നിന്നുമുയരുന്നു.

മെല്ലെ അതൊരു ആരവമായി അടുത്തടുത്തു വരുന്നു.

ഒരു മനുഷ്യൻ അയാളുടെ അവസാന യാത്രയിലാണ്.

ബന്ധുക്കളുടെ ചുമലിലേറി അയാൾ പോകുകയാണ്.

അതും മണികർണിക ഘാട്ടിൽ ഒരുക്കിയ ചിതയിൽ കത്തിയ മർന്നു മോക്ഷം നേടാൻ.

ശവമഞ്ചമേറുന്ന ബന്ധുക്കളുടെ മുഖത്ത് ദുഃഖമൊന്നും കണ്ടില്ല.

അച്ഛനാകാം, അമ്മയോ, അമ്മുമ്മയോ, അപ്പുപ്പനോ, മക്കളോ, സഹോദരനോ ആരുമാകാം. ബന്ധങ്ങൾ അവസാനശ്വാസത്തോടെ ഇല്ലാതാകുകയാണ്.

ഇനി തിരക്കുകളില്ല.

ജീവിച്ചിരിക്കുന്നവർക്കാണ് തിരക്കുകൾ.

ചീഞ്ഞു പോകും മുമ്പ് ദഹനം; അതു ജീവിച്ചിരിക്കുന്നവരുടെ മാത്രം ബാധ്യതയാണ്. അവർ തിടുക്കത്തിൽ മണികർണികയിലെ പുരോഹിതനടുത്തേക്ക്.

എല്ലാ ദഹനത്തിനും പണം നൽകണം.

വിറകിനുള്ള കാശ് അവകാശം തലമുറകളായി ഒരു കുടുംബ ത്തിനാണ്. അവരാണ് മൃതദേഹം ദഹിപ്പിക്കാൻ വേണ്ടതു ചെയ്യു ന്നത്. നിത്യവും ഇരുനൂറു വരെ ശവദാഹം നടക്കുന്നു.

കാശുള്ളവർ വിൽപത്രത്തിൽ എഴുതുന്നു അന്ത്യാഭിലാഷം മണി കർണികയാണെന്ന്.

ഞങ്ങൾ നടന്നു.

ഞാൻ ശ്രദ്ധിച്ചത് മറ്റൊന്നാണ്, ഇത്ര ചിതകൾ എരിയുമ്പോഴും എവിടെയും കത്തുന്ന ചിതയുടെ ഗന്ധമില്ല. അങ്ങനെയൊന്ന് അവിടെ സംഭവിക്കുന്നു എന്നത് കണ്ണുകൾ മാത്രമാണ് തിരിച്ചറി യുന്നത്.

ചരിത്രം ചികഞ്ഞു പോയാൽ ചെന്നു നിൽക്കുക അഞ്ചാം നൂറ്റാ ണ്ടിലെ ഗുപ്ത ഭരണകാലത്തും മണികർണ്ണിക ഉണ്ടായിരുന്നു എന്ന അറിവിലേക്കാവും. വ്യത്യസ്ത ഐതീഹ്യങ്ങളും ഈ പ്രദേശത്തെ ചുറ്റിപ്പറ്റിയുണ്ട്. മിത്തുകളാകുമ്പോൾ കൂട്ടിച്ചേർക്കലുകളും വിട്ടുപോ കലും സാധാരണവുമാണ്.

ഒരു ഐതീഹ്യം പറയുന്നത് ഇങ്ങനെ.

ഭർത്താവായ ശിവനെ അപമാനിച്ച ദക്ഷനോടു കോപിച്ച് യജ്ഞ ശാലയിൽ സതി ജീവൻ വെടിഞ്ഞു. വിവരമറിഞ്ഞ്, സതിയുടെ ശരീരവും കൈകളിലേന്തി ദുഃഖിതനായി ശിവൻ ഉലകം എരിച്ചു കളയാൻ നിശ്ചയിച്ചു. പരമശിവനെ അതിൽ നിന്നും പിന്തിരിപ്പി ക്കാൻ സതിയുടെ ശരീരം വിഷ്ണു 108 ആയി സുദർശനം കൊണ്ടു മുറിച്ചു. അതിൽ കർണം പതിച്ച ഇടമാണ് മണികർണിക എന്നാണ് ഒരു കഥ. അതിനാൽ ദേവീ ഉപാസകരായ ശാക്തേയ വിഭാഗക്കാരെ

സംബന്ധിച്ച് ഒരു ശക്തിപീഠമാണ് ഇവിടം.

എന്നാൽ അടുത്ത കഥയിൽ വിഷ്ണുവിന്റെ പ്രാർത്ഥനയുടെ ഫലമായി പാർവതിയുമൊത്ത് ശിവൻ കാശിയിലെത്തി. പക്ഷേ, ദമ്പതിമാർക്കു കുളിക്കാനായി വിഷ്ണു കുഴിച്ച കുളത്തിൽ ശിവന്റെ കാതിലെ ആഭരണം നഷ്ടമായി. അങ്ങനെ ഘാട്ടിന് മണികർണിക എന്നു പേരു വന്നു എന്നതാണ്.

ഇനിയൊന്നിൽ പാർവതിയുടെ കർണാഭരണമാണു നഷ്ടമാകുന്നത്. അതു കിട്ടാതെ ദേവി കോപിച്ചുവെന്നും, അവിടെ സദാ ചിത എരിയട്ടെ എന്നു ശപിച്ചുവെന്നുമാണ് ആ കഥ.

കോപം ശമിച്ചപ്പോൾ അവിടെ ദഹിപ്പിച്ചാൽ അവർക്ക് മോക്ഷമെന്നു ദേവി അനുഗ്രഹിച്ചത്രേ. അതിനാലാണോ, മണികർണികയിൽ ചിതകൾ ഇന്നും സദാ എരിഞ്ഞു കൊണ്ടിരിക്കുന്നു. കഥകൾ പലത്, പക്ഷേ സത്യം ഒന്ന്, കാലാകാലങ്ങളായി നിലകൊള്ളുന്നു, അതാണ് മണികർണികയിൽ സദാ എരിയുന്നത്.

ദഹനം നടക്കുന്ന ഇടത്തിനു പുറത്തായി ചെളി കട്ടപിടിച്ച മണികർണികയിലെ ചെറിയ കുളം കണ്ടു. അതാണ് മണികർണികാ കുണ്ഡ്. ഒപ്പം ഗംഗാ തീരത്തെ ഒരു വശം കൊണ്ടു ചരിഞ്ഞു പോയ, ഇന്നും അതേ ചരിവു നിലനിർത്തുന്ന രത്നേശ്വർ മഹാദേവക്ഷേത്രം എന്ന പൂജ ഒഴിഞ്ഞ ക്ഷേത്രവും കണ്ടു. മഴക്കാലത്ത് വെള്ളത്തിനടിയിലാവും ഈ ക്ഷേത്രം എന്ന സൂചന അതിന്റെ ചെളി കെട്ടിയ കൽക്കെട്ടുകൾ കാട്ടിത്തരുന്നുണ്ട്. വടക്കുപടിഞ്ഞാറേക്ക് ഒമ്പതു ഡിഗ്രി ചെരിഞ്ഞാണ് ഈ ക്ഷേത്രം നിലകൊള്ളുന്നത്.

ഗംഗയിലൂടെ സഞ്ചരിക്കുമ്പോൾ ഈ ചരിഞ്ഞ ക്ഷേത്രത്തിന്റെ കാഴ്ച വളരെ മനോഹരമായ ഒന്നായിരുന്നു. മറ്റേതോ ഒരു കാലഘട്ടത്തിലേക്കു കൂട്ടിക്കൊണ്ടു പോകും വിധമായിരുന്നു ആ കാഴ്ചയെന്ന് തൊട്ടടുത്തു നിന്ന് ആ ക്ഷേത്രത്തെ കണ്ടപ്പോൾ ഞാൻ വീണ്ടും ഓർത്തു.

ലല്ലു എന്റെ കൈ പിടിച്ചു.

അല്പം മാറി നിന്ന് ഞാൻ എരിയുന്ന ചിതകൾ നോക്കി നിന്നു. സ്വർണവർണത്തിൽ അഗ്നി, മൃതദേഹം നക്കിത്തുടച്ച്, ആകാശത്തേക്ക് ഉയർന്നു പൊങ്ങി കത്തി എരിയുന്നു. ജീവിതകാലം മുഴുവൻ, ജീവിതം രണ്ടറ്റം കൂട്ടിമുട്ടിക്കാൻ ഓടിയവർ ആകാം. ഇപ്പോൾ പഞ്ചഭൂതങ്ങളായി വിഘടിച്ച്, ദേഹിയെ സ്വതന്ത്രമാക്കി, അവശേഷിപ്പുകൾ ബാക്കിയാക്കാതെ മടങ്ങുന്നു.

അവിടെ നിന്ന് അച്ഛനെ ഓർത്തു, അമ്മമ്മയേയും, മങ്ങിയ

ഒരോർമ്മ മാത്രമായ മുത്തശ്ശിയേയും ഓർത്തു. പിന്നെ തലമുറ കൾക്കു പിന്നിൽ എന്നെ ഞാനാക്കി മാറ്റിയ പൂർവ്വികരെ ഓർത്തു.

ഈ സമയം, പൂർവികർക്കായി ദേവഗംഗയെ ഭൂമിയിലേക്കു ക്ഷണിക്കാൻ കാലങ്ങളോളം തപസ്സിരുന്ന ഭഗീരഥനെ ഓർത്തു. ആ ഇച്ഛാശക്തി എനിക്കും വഴികാട്ടട്ടെ എന്നു പ്രാർത്ഥിച്ചു. ഞങ്ങൾ പൊളിഞ്ഞു കിടക്കുന്ന, മണികർണികയിലെ പടിക്കെട്ടുകൾക്കിട യിലൂടെ ലളിതാ ഘാട്ടിലേക്കു കടന്നു. അവിടെയിരുന്ന് ഞാൻ ഗംഗയെ വീണ്ടും കണ്ടു. എല്ലാ മാലിന്യങ്ങളും പേറുന്നവൾ, കർമ ദോഷങ്ങളും, പാപങ്ങളും ഏറ്റെടുക്കുന്നവൾ.

ലല്ല തൊട്ടടുത്തുണ്ട്.

എന്റെ മകന്റെ പ്രായമുള്ളവൻ.

ഞാൻ മടങ്ങുമ്പോൾ എന്നെ യാത്രയാക്കേണ്ടത് എന്റെ പുത്ര നാണ്. മറ്റൊരു പുത്രൻ ആയിരംകാതങ്ങൾ അകലെ ഇവിടെ എനിക്കു കാവലായി നിലകൊള്ളുന്നു. ദേശം, ഭാഷ, ജാതി, മതം എന്തെല്ലാം വൈചാത്യങ്ങൾ ഉണ്ടാകുമ്പോഴും മനുഷ്യർക്കു പര സ്പരം തിരിച്ചറിയാൻ യാതൊന്നും തടസമല്ല. അമ്മയെന്ന അറിവ്, അമ്മയെന്ന മനസ്സ്, അമ്മയെന്ന വികാരം, അതേതു ജീവിയിലും ഒന്നു തന്നെ.

മണികർണിക കാണാതെ കാശിയാത്ര പൂർണമാകില്ല. മോക്ഷം എന്ന വാക്കിനപ്പുറം ജീവിത യഥാർത്ഥ്യത്തെക്കുറിച്ചുള്ള അറിവ് ലഭിക്കാൻ മണികർണികയിൽ ചെലവിടുന്ന കുറഞ്ഞ സമയം ധാരാ ളമാണ്. ഒരിക്കൽ അവിടെത്തിയാൽ മനസ്സിൽ നിന്നും ഭയമൊഴിയും. ഭയം വിശ്വനാഥനു മുന്നിൽ ഭക്തനെ വലയ്ക്കില്ല. ജീവിതത്തെക്കു റിച്ച് പുതിയൊരു ഉൾക്കാഴ്ചയോടെ മടങ്ങാൻ കത്തുന്ന ചിതക ളുടെ ചിത്രം സഹായിക്കും.

അതാ ഉയരുന്നു,

രാമ് നാമ് സത്യ് ഹെ....രാമ് നാമ് സത്യ് ഹെ...

നിലയ്ക്കാത്ത മരണം...

നിലയ്ക്കാത്ത ജനനം...

ഞങ്ങൾ തിരിച്ചു നടക്കുമ്പോഴും അവൻ മണികർണികയെക്കു റിച്ചു തന്നെ പറഞ്ഞു കൊണ്ടിരുന്നു.

ഇനി ഞങ്ങൾക്ക് കാലഭൈരവനെ കാണണം.

മൂന്നാം ദിനമാണിത്.

ശനിയാഴ്ചയുമാണ്.

അടുക്കാൻ സാധിക്കാത്ത തിരക്കാണ് അന്നേ ദിവസം കാല

ഭൈരവനു മുന്നിൽ. കാട്ടാളവേഷം ധരിച്ച പരമശിവനെ ദർശിക്കാതെ കാശി ദർശനം പൂർണ്ണമാകില്ല.

സമയം എട്ടു മണിയാകുന്നു.

ഇടുങ്ങിയ വഴികളിലൂടെ തട്ടാതെ മുട്ടാതെ വേണം ക്ഷേത്രത്തിലേക്ക് എത്താൻ. ഗലികളിൽ നിന്നും ഗലികളിലേക്കു നീളുന്ന വലിയ ക്യൂ ഒഴിവാക്കാനായിരുന്നു രാത്രിയിൽ അവിടേക്കു വച്ചു പിടിച്ചത്.

ഭരോനാഥിലെ വിശ്വേശ്വർ ഗഞ്ചിലാണ് ഈ ക്ഷേത്രം.

പതിനേഴാം നൂറ്റാണ്ടിലാണ് ഇന്നുള്ള പോലെ ക്ഷേത്രം നിർമ്മിക്കപ്പെട്ടത്..

ഇവിടെ ശിവൻ ഉഗ്രരൂപിയായ ഭൈരവനാണ്.

കഴുത്തിൽ കപാലമാലയും കൈയ്യിൽ മയിൽപ്പീലിയും ധരിച്ച ഭൈരവൻ. സത്യത്തിൽ നമ്മൾ എത്തേണ്ടതും അറിയേണ്ടതുമായ ഒരിടമാണ് ഇവിടം.

കാല എന്നാൽ മരണമെന്നും സമയമെന്നും അർത്ഥം.

കാലത്തെ നമ്മൾ ഭയക്കുന്നു, മരണത്തേയും.

മരണഭീതിയോളം ജീവജാലങ്ങളിൽ മറ്റു ഭീതിയേതുമില്ലല്ലോ.

കാലഭൈരവനെക്കുറിച്ച് ഒരു ഐതീഹ്യമുണ്ട്, അതിപ്രകാരമാണ്. ഇന്നു മനുഷ്യർ മത്സരിക്കുന്നതു പോലെ, ഒരു കാലത്തു പൊടുന്നനെ മഹാവിഷ്ണുവിനും ബ്രഹ്മാവിനും ഇടയിൽ ഒരു മൂപ്പിളമത്തർക്കം ഉണ്ടായി. ആരാണു കേമൻ? ഇതാണു ചോദ്യം.

അവർക്കിടയിൽ അനാദിയായൊരു ശിവജ്യോതി രൂപപ്പെട്ടു. തർക്കത്തിനിടയിൽ കടന്നു വന്ന ശിവജ്യോതിസ്സിനോടു ബ്രഹ്മാവിനു കോപം തോന്നി.

ശിരസ്സിൽ മുളച്ച അഞ്ചാം തല കൊണ്ട് ശിവനെ ബ്രഹ്മാവു നോക്കി. അടുത്ത ക്ഷണം, ആ തല, ശിവനിൽ നിന്നും രൂപം കൊണ്ട ഭൈരവൻ നുള്ളിയെടുത്തു. അതോടെ ഭൈരവന് ബ്രഹ്മഹത്യാ പാപം ലഭിച്ചു.

ആ പാപം ഇല്ലാതാക്കാൻ ലോകം മുഴുവൻ ചുറ്റി നിരാശനായി ഭൈരവൻ കാശിയിലെത്തി. അവിടെ സ്പർശിച്ചതാടെ പാപം ഇല്ലാതായി. അതോടെ ഭൈരവൻ, ശൈവ ഭക്തരുടെ പാപങ്ങൾ നീക്കാൻ വാരാണസിയിൽ എക്കാലവും നിലകൊള്ളുമെന്ന് ശിവൻ അനുഗ്രഹിച്ചു.

ഏതായാലും വെള്ളിമുഖമണിഞ്ഞ് നിറയെ ഹാരങ്ങൾ ചാർത്തിയ മൂർത്തിയെ തൊഴുതു ഞാൻ പ്രദക്ഷിണം ചെയ്തു. ചുറ്റും

കൽമണ്ഡപത്തിൽ ഭക്തർക്കായി ചരടുജപിച്ച് മന്ത്രം ഓതുന്ന കുറേ പേർ ഇരിപ്പുണ്ട്. മയിൽപ്പീലി കെട്ടുകൊണ്ട് തലയിൽ ഉഴിഞ്ഞ് പുറത്തു തട്ടി, കൈയ്യിൽ ചരടു കെട്ടി അവർ ഭക്തരെ സമാധാനിപ്പിക്കുന്നു. ഭക്തർ നൽകുന്ന ദക്ഷിണയാണ് ഏക വരുമാനം.

ഒരാൾക്കു മുന്നിൽ ഞാൻ കൈ നീട്ടി.

മയിൽപ്പീലി കൊണ്ട് ഉഴിഞ്ഞ്, മുതുകത്തു തട്ടി എന്റെ ഇടം കൈയ്യിലും ഒരു കറുത്ത ചരട് കെട്ടിത്തന്നു. ഒരു നുള്ളു ഭസ്മം കൊണ്ടു കുറിയും വരച്ചു തന്നു. ദക്ഷിണ നൽകി ഞാൻ പുറത്തേക്കിറങ്ങി.

ക്ഷേത്രത്തിനു മുന്നിലെ വഴിയിൽ നല്ല തിരക്കുണ്ട് രാത്രിയിലും.

രാത്രി വൈകിയിരിക്കുന്നു.

പതിനൊന്നു മണി വരെ ക്ഷേത്രങ്ങളിൽ പ്രവേശിക്കാം.

അതിനാൽ എല്ലാ തിരക്കുകൾക്കുമൊടുവിലാണ് ഞങ്ങൾ അന്നപൂർണയെ കാണാൻ എത്തിയത്. ആയിരത്തി എഴുന്നൂറുകളിലാണ് ഈ ക്ഷേത്രം മറാത്തയിലെ പേഷ്വാർ ബാജിറാവു നിർമിക്കുന്നത്.

അന്നപൂർണയുടെ രണ്ടു വിഗ്രഹങ്ങൾ ഇവിടുണ്ട്.

ഒന്ന് തനി തങ്കത്തിൽ നിർമിച്ചതാണ്.

വിശേഷ ദിവസങ്ങളിൽ മാത്രമേ അതു ദർശനത്തിനായി പുറത്തേക്ക് എഴുന്നള്ളിക്കൂ. നിത്യപൂജ വെങ്കല പ്രതിമയിലാണ്.

അന്നപൂർണയെക്കുറിച്ചും ധാരാളം മിത്തുകൾ ഉണ്ട്.

അതിലൊന്ന് ഇങ്ങനെയാണ്.

ഒരിക്കൽ സാക്ഷാൽ പരമശിവൻ ഈ ലോകം മുഴുവൻ മായയാണ് എന്ന് അഭിപ്രായപ്പെട്ടു. അന്നവും സർവ്വവും മായയാണ് എന്ന നിലപാട് അന്നപൂർണേശ്വരിയെ പ്രകോപിപ്പിച്ചു. സർവ്വവും മായയല്ലേ? എന്നാൽ ഭക്ഷണവും ഇനി വേണ്ടന്നായി ദേവി. ലോകം അതോടെ വിശപ്പിൽ പൊറുതിമുട്ടി. ശിവനു മറ്റു മാർഗമില്ലാതായി. ദേവിയെ പ്രീതിപ്പെടുത്തി. ഒടുവിൽ ദേവി പ്രസാദിച്ചു.

കാശിയിൽ ശിവൻ തന്നെ ഒരു ഊട്ടുപുര നിർമ്മിച്ചു.

ദേവി തന്റെ ഭക്തർക്ക് വെച്ചുവിളമ്പി എന്നാണു കഥ.

എന്തു തന്നെ ആയാലും കാശിയിലെ വിശ്വനാഥന് കൂട്ട് അന്നപൂർണയാണ്. അപ്പോൾ വിശ്വനാഥദർശനം പൂർണമാകാൻ അന്നപൂർണയേയും ദർശിക്കണം.

രാത്രി അല്പം വൈകിയതിനാലാകാം വലിയ തിരക്കില്ലാതെ ദർശനം നടത്തി ഞങ്ങൾ മടങ്ങി.

എട്ട്
വാരാണസിയിലെ ചില മനുഷ്യർ

കാശിയിലേക്കു വരുമ്പോൾ എനിക്കിതൊരു അപരിചിതനഗരമായിരുന്നു. ഭാഷയും സംസ്ക്കാരവും പൂർണമായും വ്യത്യസ്തം. ഏതു മുഖത്തേക്ക് എനിക്കു പുഞ്ചിരിയോടെ നോക്കാം എന്ന് തീർച്ചയില്ലായിരുന്നു. അനേകർക്കിടയിൽ ഒരാൾ മാത്രമായിരുന്നു ഞാൻ.

കാഴ്ചകളും അതുമായി ബന്ധപ്പെട്ട അനുഭവങ്ങളും മാത്രം ഓർമയിൽ ബാക്കിയാകേണ്ട ഒരു യാത്ര. പക്ഷേ, ലല്ല എന്ന എന്റെ ടൂർ ഗൈഡ് അതൊക്കെ മാറ്റിമറിച്ചു. ഹൃദയം കൊണ്ടവൻ സംസാരിക്കാൻ തുടങ്ങിയതോടെ ഞങ്ങൾ തമ്മിൽ ഒരു ടൂറിസ്റ്റും ഗൈഡും തമ്മിലുള്ള ബന്ധത്തിലുപരിയായി ഹൃദയബന്ധം രൂപപ്പെട്ടു.

അവന്റെ ആശങ്കകൾ എന്നോടു പങ്കു വയ്ക്കാൻ മടിയില്ലാതായി.

വീട്ടിലെ ചുറ്റുപാടുകൾ, അവൻ നടന്ന വഴികൾ ഒക്കെ അവൻ എന്നോടു പറഞ്ഞു.

അവന്റെ യഥാർത്ഥ പേര് ശശികാന്ത് മിശ്ര എന്നാണ്.

അവന്റെ ദുർബലമായ ശരീരം അത്രയും വലിയ പേര് താങ്ങില്ല എന്നെനിക്കു തോന്നി. ഞാനവനെ ചിലപ്പോൾ ലല്ലു എന്നും മറ്റു ചിലപ്പോൾ അവന്റെ അമ്മയെപ്പോലെ ലല്ല എന്നും വിളിച്ചു.

ലല്ലുവിന് വലിയ ഉത്തരവാദിത്തമുണ്ട്.

അഞ്ചംഗ കുടുംബത്തിന് അന്നം കഴിക്കാതെ പറ്റില്ലല്ലോ.

അവന്റെ അച്ഛന് ഗ്രാമത്തിൽ കൃഷിപ്പണിയാണ്. കുറച്ചു ഭൂമിയുണ്ട്, ഒപ്പം ഒരു മെക്കാനിക്കുമാണ്.

മൂന്നു മക്കളാണവർക്ക്.

ലല്ല ഇളയ മകനാണ്.

മൂത്തതു രണ്ടും പെൺകുട്ടികൾ.

ഒരാൾ എം.കോംമിനും ഒരാൾ ഡിഗ്രി ഫൈനൽ ഇയർ ജേണലിസത്തിനും പഠിക്കുന്നു. ലല്ല ഇപ്പോൾ ഡിഗ്രി രണ്ടാം വർഷം

വിദ്യാർത്ഥിയാണ്. അവൻ ഒമ്പതാം ക്ലാസ്സിൽ പഠിക്കുമ്പോൾ ആ കുടുംബം ഗ്രാമം വിട്ട് വാരാണസിയിലേക്കു ചേക്കേറി.

ഇവിടെ ബനാറസ് തുണിത്തരങ്ങൾക്കാണല്ലോ പ്രാധാന്യം, അവനും ആചാരം വിട്ടില്ല, മുസ്ലീമുകൾ ബനാറസ് തുണിത്തരങ്ങൾ നെയ്തെടുക്കും ഹിന്ദുക്കൾ അതു കച്ചവടം ചെയ്യും.

ലല്ലയുടെ അമ്മാവനാണ് ബിസിനസ് തുടങ്ങിയത്.

വാരാണസിയിൽ എത്തിയ നാൾ മുതൽ അവൻ അമ്മാവനൊപ്പം കൂടി ബിസിനസ് ചെയ്യുന്നു. അമ്മാവൻ കടയിൽ ഇരുന്നാൽ അവൻ തുണിത്തരങ്ങൾ എടുക്കാൻ പോകും. അവൻ കട നോക്കിയാൽ അമ്മാവൻ മറ്റു കാര്യങ്ങൾ നോക്കും.

അങ്ങനെ അവന്റെ വാക്കുകളിൽ പറഞ്ഞാൽ കച്ചവടത്തിന്റെ കുത്തും കോമയും വരെ അവനെ പഠിപ്പിച്ചെടുക്കുകയാണ് അമ്മാവൻ. അവനതിൽ വലിയ അഭിമാനമാണ്.

ഇന്ന് കടയിലെ ജോലി കൂടാതെ പല ഹോട്ടലിലേയും ഗസ്റ്റുകൾക്കു വേണ്ടി ഗൈഡായും അവൻ ജോലി ചെയ്യുന്നു. ഇപ്പോൾ എന്നോടൊപ്പം യാത്ര ചെയ്യുന്ന പോലെ.

അവനൊരു ബൈക്കുണ്ട്, സാദാ ബൈക്ക്.

ഒറ്റയ്ക്കാണ് അതിഥിയെങ്കിൽ ബൈക്കിൽ നാടുകാണിക്കും, കൂടെ വരും. ഡ്രൈവർ കം ഗൈഡ്.

കോവിഡ് കാലം വല്ലാത്ത കഷ്ടപ്പാടിലായിരുന്നു ആ കുടുംബവും.

അവസാന ചില്ലിക്കാശു വരെ തീർന്നു.

രണ്ടാമത് എല്ലാം ആരംഭിക്കേണ്ടിയിരുന്നു.

വിദേശികൾ ഇപ്പോഴും കാശിയിലേക്ക് അധികം വന്നു തുടങ്ങിയിട്ടില്ല, രാജ്യത്തിനകത്തുള്ളവർ മാത്രമാണ് കാര്യമായി വരുന്നത്. തുണിയുടെ റീട്ടേൽ ബിസിനസ് ആരംഭിച്ചുവെങ്കിലും അതും കാര്യമായി പുരോഗമിച്ചിട്ടില്ല.

ലോൺ കിട്ടില്ല.

കടം വാങ്ങിയും തിരിച്ചും മറിച്ചും അവൻ രണ്ടറ്റം കൂട്ടിമുട്ടിക്കുന്നു. രണ്ടു സഹോദരിമാരുടെ വിവാഹം, സ്വന്തം വീട്, അവന്റെ സ്വന്തം കുടുംബം, ലല്ലുവിന്റെ മുന്നിൽ ആവശ്യങ്ങൾ കടൽ പോലെ. യാത്രയുടെ അവസാന ദിവസം എനിക്ക് കുറച്ചു വാരാണസി മധുരം വാങ്ങേണ്ടതുണ്ടായിരുന്നു.

മധുരം വാങ്ങിയ കടയുടെ അടുത്തുള്ള ഗലിയിലെ ഒറ്റമുറി ഫ്ളാറ്റിലാണ് ലല്ലയും വീട്ടുകാരും താമസിക്കുന്നത്. ലല്ലയുടെ മറ്റൊരു അതിഥിക്കും കിട്ടാത്ത ഭാഗ്യം എനിക്കു കിട്ടി.

അവൻ എന്നെ അവന്റെ വീട്ടിലേക്കു ക്ഷണിച്ചു.

അവന്റെ അമ്മയുടെ മുഖമാണത്രേ എനിക്ക്.

അമ്മമാർക്ക് എല്ലായിടത്തും എല്ലാക്കാലവും ഒരേ മുഖമാണെന്ന് അവനെ പറഞ്ഞു ബോധ്യപ്പെടുത്താൻ ഞാൻ നിന്നില്ല.

എന്റെ വീട്ടിലേക്കു വരുമോ?

ഒന്നുമാലോചിക്കാതെ ഞാൻ സമ്മതിച്ചു.

കാരണം, ഞാനത് അത്രയേറെ ആഗ്രഹിച്ചിരുന്നു. അങ്ങനെയാണ്, മധുര പലഹാരങ്ങൾ വാങ്ങിയ ശേഷം ഞങ്ങൾ ലല്ലയുടെ വീട്ടിലേക്കു പോയത്. 14 വയസ്സു മുതൽ അവൻ കാശിയുടെ തെരുവിൽ സാരി വിറ്റു തുടങ്ങിയിരുന്നു.

ഞങ്ങൾ ബസാറിലൂടെ നടക്കുമ്പോൾ അവന്റെ ധാരാളം പരിചയക്കാരെ കണ്ടിരുന്നത് ഓർത്തു. അപ്പോഴാണവൻ പറയുന്നത് ഈ നിരത്തിൽ നിന്നു സന്ദർശകർക്കു മുന്നിൽ അവനും വിളിച്ചു കൂവിയിരുന്നു 'ബനാറസ് സാടി' എന്ന്.

ഒരാൾക്ക് കഷ്ടി പോകാവുന്നത്ര ഇടുങ്ങിയ ഗലിയിലൂടെ ഞങ്ങൾ അവന്റെ വീടിന്റെ അടഞ്ഞ ഗേറ്റിനു മുന്നിലെത്തി.

ആദ്യത്തെ മുറി ഒരു കിണറാണ്.

മുറിയ്ക്കുള്ളിൽ കിണർ മാത്രം!

അടുത്ത മുറിയിൽ ചെറിയ ചവിട്ടുപടി.

അതാണു കുളിമുറിയും വാഷിങ്ങ് ഏരിയയും.

അതിന്റെ ഒരു ഭാഗത്തെ വെറും ഒരടി വീതിയും ഏതാണ്ട് ഒന്നരയടി ഉയരവുമുള്ള പടിയിലൂടെ മുകളിലെ നിലയിലേക്ക്. ആ മുറിയിൽ വലിയൊരു ഗ്രില്ല് നിലത്തുണ്ട്, അതു താഴേക്ക് പ്രകാശം കിട്ടാനാണ്. ആ ഗ്രില്ലിന് ചുറ്റുമായി അടുക്കള. പാചകം പൂർണ്ണമായും കുന്തിച്ചിരുന്ന് ചെയ്യണം.

ഇനി ഒരു ചെറിയ മുറി.

അതാണ് ആ വീടിന്റെ സ്വീകരണ മുറിയും, അഞ്ച് അംഗങ്ങൾ അടങ്ങിയ വീടിന്റെ കിടപ്പുമുറിയും, പ്രാർത്ഥനാമുറിയും, ഡൈനിങ്ങ് ഹാളും എല്ലാം.

നിലത്തു വിരിച്ച മെത്തയിൽ ഞാനിരുന്നു.

എനിക്കു ചുറ്റും ലല്ലുവിന്റെ അമ്മയും ചേച്ചിമാരും.

ഗ്രാമത്തിൽ നിന്നും ജീവിതോപാധിയ്ക്കായി നഗരത്തിലേക്കു ചേക്കേറിയവർ. 3000 രൂപ എന്ന വലിയ വാടക നൽകുന്നവർ. അവർ നൽകിയ കാപ്പി കുടിച്ച്, മധുരം തിന്ന് ഞാൻ മടങ്ങുമ്പോൾ അവർ എന്നെ അടുത്ത വരവിൽ അവരുടെ ഗാവിലേക്കു കൂട്ടാം എന്നു

വാക്കു തന്നു.

സത്യത്തിൽ അവരോടൊപ്പം ഇരുന്നപ്പോഴാണ് ഞാൻ ശരിക്കും സന്തോഷിച്ചത്. കാരണം, അവരിൽ ഞാൻ എന്നെ കണ്ടു.

കുറച്ചു മധുരം കഴിച്ച്, ഒരു കാപ്പി കുടിച്ച് ഞാൻ എഴുന്നേറ്റപ്പോൾ അവൻ കാൽ തൊട്ടു വണങ്ങി.

ആശീർവദിക്കൂ എന്ന്. ഞാനവന്റെ അമ്മയെ നോക്കി.

അവരുടെ മുഖത്ത് അഭിമാനം മാത്രം.

തന്റെ മകൻ തനിക്കു താങ്ങാകുന്നു എന്ന അഭിമാനം, അവനൊരു താന്തോന്നി ആയില്ലെന്ന അഭിമാനം. എനിക്കും അഭിമാനിക്കാം ഇനി വാരാണസി എന്ന കാശി എനിക്ക് ഒരു അപരിചിത നഗരമല്ല. ഒരു മകൻ എനിക്കിവിടുണ്ട്.

കാശി യാത്രയിലെ അവസാന ദിവസമാണ് ഷോപ്പിങ്ങിനായി ഞങ്ങൾ മാറ്റിവച്ചത്.

കാശി, വാരാണസി, പിന്നെ ബനാറസ്.

മൂന്നും ഒരേ നഗരത്തെക്കുറിച്ചാണു പറയുന്നത്.

മൂന്നു പേരുകളുള്ള നഗരം!

ഇവിടെ വന്നാൽ അത്യാവശ്യം വാങ്ങേണ്ട ഒന്ന് ബനാറസ് പട്ടാണ്. ഒരു കാലത്ത് കേരളത്തിൽ വിവാഹ സാരി എന്നാൽ ബനാറസ് സാരി ആയിരുന്നു. ഒരു ഇരുപത്തഞ്ചു മുപ്പതു വർഷങ്ങളേ ആകുന്നുള്ളൂ കാഞ്ചീപുരം പട്ട്, വിവാഹത്തിന്റെ പ്രധാന ആകർഷണമായി മാറിയിട്ട്. എന്നാലും ബനാറസ് സാരികൾ ഇന്നു മലയാളിപ്പെണ്ണുങ്ങൾക്ക് പ്രിയം തന്നെ. നിറയെ ബ്രോക്കേഡ് വർക്ക് ചെയ്ത ഓഫ് വൈറ്റ് വിവാഹ സാരി എന്റെ അലമാരയിലും ഭദ്രമായി ഇരിപ്പുണ്ട്. അവസാന യാത്ര വരെ കൂടെ കരുതേണ്ട ഏക വസ്ത്രം. അങ്ങനെയുള്ള ബനാറസ് സാരികൾ വിടർന്നു വിലസുന്ന നാടാണ് ഈ നഗരം.

ക്ഷേത്രവും ഘാട്ടുകളും നിറഞ്ഞ പൗരാണിക വാരാണസിയുടെ മറുഭാഗം നിറയെ വസ്ത്രനിർമ്മാണ ശാലകളാണ്. ക്ഷേത്രങ്ങളുടെ മാത്രമല്ല, പവർ ലൂമുകളുടേയും നഗരമാണിവിടം.

എനിക്ക് ഏതെങ്കിലും ഒരു ഷോറൂമിൽ കയറി സാരി വാങ്ങിയാൽ മാത്രം പോരായിരുന്നു. സാരി ജന്മം കൊള്ളുന്നതു കാണണമായിരുന്നു. അങ്ങനെയാണ് അതിനുള്ള വഴി ഒരുങ്ങിയത്. ഹോട്ടലിലെ ത്രിപാഠിയാണ് അതിനുള്ള വഴി കണ്ടെത്തിയത്. ത്രിപാഠിയുടെ സുഹൃത്തിന് പവർലൂം ഉണ്ട്. എന്നോടു ലോബിയിൽ കാത്തിരിക്കാൻ പറഞ്ഞു.

കുറച്ചു കഴിഞ്ഞപ്പോൾ ഒരു വൃദ്ധൻ വന്നു.

മുഹമ്മദ് സെയ്ൻ എന്നാണ് അദ്ദേഹത്തിന്റെ പേര്.

ത്രിപാഠിയുടെ സുഹൃത്തിന്റെ അച്ഛനാണു വന്നിരിക്കുന്നത്.

അദ്ദേഹത്തിന്റെ ആക്ടിവയിൽ കയറി ഇരുപുറവുമുള്ള നഗരക്കാഴ്ചകൾ കണ്ടു കണ്ട്, ഒരു ഇടുങ്ങിയ ഗലിയുടെ അകത്തേക്കു കടന്നു അവിടേക്കു പ്രവേശിക്കുമ്പോൾ മുതൽ, ഒരു പ്രത്യേക ശബ്ദം, കേട്ടു തുടങ്ങി. അത് നഗരനിരത്തിലെ ഹോൺ ശബ്ദത്തിന്റെ പെരുമഴയിൽ നിന്നും വിട്ടു നിൽക്കുന്ന പ്രത്യേക താളക്രമമായി മാറി.

വണ്ടി നിന്നു, ഞാനിറങ്ങി.

അടഞ്ഞുകിടക്കുന്ന വാതിലിനപ്പുറം മറ്റൊരു ലോകമുണ്ടെന്ന് എങ്ങനെ ഞാൻ അറിയാനാണ്? നമ്മുടെ വീടുകൾ, അതുപോലെ സാധാരണമായ വീടകം ഞാൻ പ്രതീക്ഷിച്ചു, എന്നാലോ മുന്നിൽ വിടർന്നത് വിചിത്രലോകം!

എന്നെ അവിടെ എത്തിച്ച ആൾ, അദ്ദേഹത്തിനു മാത്രം അഞ്ഞൂറ് പവർലൂമുകൾ ഉണ്ട്. ഞാൻ ചെന്നു കയറിയത് ആദിയും അന്തവുമില്ലാത്ത കെട്ടിടസമുച്ചയത്തിലേക്കായിരുന്നു. നീണ്ട അനേകം തുരങ്കങ്ങൾ ചേർന്നൊരു ലോകം സങ്കൽപ്പിക്കാൻ പറ്റുമോ? ഏതാണ്ട് അത്തരത്തിലാണ് ആ കെട്ടിടങ്ങളുടെ കിടപ്പെന്നാണ് എനിക്കു തോന്നിയത്.

അച്ഛൻ കടയിലേക്കു കയറിപ്പോയി, മകൻ പുറത്തേക്കു വന്നു. അയാൾ തറികളുടെ അടുത്തേക്കു കൂട്ടി. സാരികൾ രൂപം കൊള്ളുന്നതു തൊട്ടടുത്തു നിന്നു കാണാം. നൂറോ ആയിരമോ നൂലുകൾ, എത്ര നേർത്തത്! ഒർജിനൽ പട്ടുനൂലു മാത്രം അല്ല നെയ്യാൻ എടുക്കുന്നത്, റെയോൺ കൂടി ചേർത്തതാണ്. സാരികൾ ഇങ്ങനെ ഊടും പാവും ചേർന്നു ചേർന്ന് മെല്ലെ മെല്ലെ, പൂവുകൾ, ഇലകൾ, നൃത്തം ചെയ്യുന്ന മയിലുകൾ, ഒക്കേറ്റിനും ജീവൻ വെക്കുന്നു.

ഈ സാരി നെയ്യാൻ വേണ്ട പട്ടുനൂൽ വരുന്നതു കർണ്ണാടകയിൽ നിന്ന്. അതു ബനാറസിലെ തറികളിൽ തെക്കുവടക്ക് സഞ്ചരിച്ച് സാരിയായി മാറി ദേശാന്തരയാത്ര നടത്തുന്നു. ഹാൻഡ് വീവും ഉണ്ട്.

പക്ഷേ, ഒരു സാരി നെയ്യാൻ പത്തു മാസം സമയം!

അമ്മ കുഞ്ഞിനെ പെറ്റിടും പോലെ...

ഒരേസമയം നാലു തറികളിൽ തികച്ചും വ്യത്യസ്ത നിറങ്ങളിൽ, പാറ്റേണുകളിൽ സാരി വിടരുന്നു. വളരെ ശ്രദ്ധ വേണം. നൂലു

പൊട്ടാനും, കുരുങ്ങാനും സാധ്യതയുണ്ട്. അങ്ങനെ വന്നാൽ ആ കേടു പരിഹരിക്കുക അത്ര എളുപ്പമല്ല. അവിടെ ഒരു എക്സ്പേർട്ടിന്റെ ആവശ്യമുണ്ട്. നൂലിലേക്കു പ്രകാശം ക്രമീകരിച്ച് വച്ച് ശ്രദ്ധാപൂർവ്വം സമയമെടുത്താണ് സാരി തയ്യാറാകുന്നത്. വളരെ സാവകാശം ഒരു പൂവ് വിടരുന്നതു പോലെ.

ഈ ബനാറസി സാരികൾക്ക് ഒരു ചരിത്രമുണ്ട്.

ഏതാണ്ട് പതിനാലാം നൂറ്റാണ്ടു മുതൽ ബനാറസ് സാരികളുടെ ചരിത്രം തുടങ്ങുന്നുണ്ട്. എന്നാലത് പ്രതാപം നേടിയത് പത്തൊമ്പതാം നൂറ്റാണ്ടിലേക്കു കടക്കുന്നതോടെയാണ്. മുഗൾ രാജാക്കന്മാരുടെ നിർലോഭമായ സഹായം ഈ മേഖലയ്ക്കു ലഭിച്ചിരുന്നു.

പട്ടിൽ നെയ്തെടുത്ത സ്വർണവും വെള്ളിയും ഉപയോഗിച്ചുള്ള ബ്രൊക്കേഡുകൾ ഉള്ള ഒറിജിനൽ ബനാറസിപട്ട് ധരിക്കാൻ കൊതിക്കാത്ത ഏത് വധുവാണ് ഉണ്ടാവുക? ഗോരഖ്പൂർ, ചന്ദൗലി, ഭദോഹി, ജൗൻപൂർ, അസംഗഡ് തുടങ്ങിയ ജില്ലകളിൽ ഉത്പാദിപ്പിക്കുന്ന സാരികൾക്കു മാത്രമേ ഇന്ന് ബനാറസ് പട്ട് എന്ന പേരു നൽകാൻ പാടുള്ളൂ.

ബനാറസ് പട്ട് നിർമ്മാണത്തിന് ഉപയോഗിക്കുന്ന നിറങ്ങൾ ഗംഗയെ മലിനമാക്കുന്നു എന്നൊരു പ്രശ്നം നിലവിൽ ഉണ്ട്. അതിന് ഒരു പരിഹാരം എന്ന നിലയിൽ പ്രകൃതിജന്യ ചായങ്ങളുടെ ഉപയോഗത്തെക്കുറിച്ചുള്ള റിസർച്ചുകൾ ബനാറസ് ഹിന്ദു യൂണിവേഴ്സിറ്റിയിൽ നടന്നുവരുന്നു. പക്ഷേ, കച്ചവടക്കാർ അഭിമുഖീകരിക്കുന്ന പ്രധാന പ്രശ്നങ്ങളിൽ ഒന്ന് ചൈനയിലെ വളരെ വലിയ പ്ലാന്റുകളിൽ നിന്നും ഇവിടെ നമ്മുടെ ലോക്കൽ മാർക്കറ്റിൽ എത്തുന്ന ഡ്യൂപ്ലിക്കേറ്റ് ബനാറസ് സാരികളാണ്.

ചരിത്രം കേട്ടുകൊണ്ട് ഞങ്ങൾ അവിടെ നിന്നും പുറത്തേക്ക് ഇറങ്ങി, ഡിസൈൻ എങ്ങനെയാണ് ഉണ്ടാക്കുന്നത് എന്നു കാണാൻ പോയി. ഡിസൈനുകൾ ഉണ്ടാക്കുന്നിടത്ത് എത്തുമ്പോൾ ഇരുട്ട്! ഇതെന്തേ ഇങ്ങനെ എന്നു ചോദിക്കുമ്പോൾ പവർ കട്ട് എന്നു മറുപടി. നോക്കണേ, പ്രധാന ബനാറസ് സാരി ഉൽപാദക കേന്ദ്രമാണ് ഇവിടം. പക്ഷേ, കൃത്യമായി വൈദ്യുതി കിട്ടില്ല. അവർക്ക് ജനറേറ്ററിനെ ആശ്രയിക്കണം. അപ്പോൾ പ്രൊഡക്ഷൻ കോസ്റ്റ് കൂടും. ഇല്ലെങ്കിൽ പണി നിർത്തിവച്ച് കറന്റിനായി കാത്തിരിക്കണം. തീർന്നില്ല, നൂലിന് 12% ജിഎസ്ടി. എന്നാൽ തുണിവിൽക്കുമ്പോൾ 5% മാത്രവും. മകൻ പരാധീനതകൾ എണ്ണിപ്പറഞ്ഞു.

പൂനെയിൽ നിന്നും എം.ബി.എ പാസായ ആളാണ്.

ജോലിയ്ക്കായി എങ്ങും പോയില്ല.

അച്ഛൻ കുറേ തറികൾ ഏൽപ്പിച്ചു. അതു നടത്തുന്നു.

കോവിഡ് നടുവ് ഒടിച്ചതാണ്.

ഇപ്പോൾ റീട്ടെയിൽ ബിസിനസ് കൂടി ആരംഭിച്ചു.

അവരുടെ റീട്ടെയിൽ ഷോപ്പിലേക്കു എന്നെ ക്ഷണിച്ചു.

ഒരു ചൂട് മസാല ടീ മുന്നിലെത്തി.

അതും കുടിച്ച്, തനി കൈത്തറിയിൽ നെയ്തുണ്ടാക്കിയ പതിനായിരങ്ങൾ വിലവരുന്ന സാരിയിൽ ആരംഭിച്ച്, ചുരിദാർ സെറ്റുകളും, ഷാളുകളും ഒക്കെക്കണ്ട്, കൊതി തീർക്കാൻ രണ്ടു മൂന്ന് ഷാളുകളും സാരിയും വാങ്ങി ഞാനും ഹാപ്പിയായി.

എല്ലാം കണ്ട്, തിരികെ എന്നെ ഹോട്ടലിൽ കൊണ്ടാക്കിത്തന്നു അവർ. ടൂറിസവും ഒരർത്ഥത്തിൽ ഇവരെ സഹായിക്കുന്നുണ്ട്. ഞാൻ താമസിക്കുന്ന ഹോട്ടൽ ഒരു ബ്രാഹ്മണന്റെ വകയാണ്. അയാൾ, തന്റെ അതിഥികൾക്ക് സാരി ഉണ്ടാക്കുന്നതു കാണണം എന്നു പറഞ്ഞപ്പോൾ വിളിക്കുന്നത് ഒരു മുസ്‌ലീമിനെയാണ്. രണ്ടു പേർക്കും ഇത് കച്ചവടത്തിന്റെ ഭാഗമാണ്.

ഇവിടെ എവിടെയാണ് വർഗീയത?

ഗ്യാൻവാപീ പ്രശ്നം പുകയുന്ന അതേ കാശിയിൽ നിന്നാണു ഞാനിതു പറയുന്നത്. അതായത് മതം, ജാതി എന്നിവ സ്വന്തം ധനാഗമനത്തിന്റെ ഘട്ടത്തിൽ ആരും എടുത്തു പയറ്റുന്നില്ല എന്നതു ശ്രദ്ധിക്കുക. കേട്ടിടത്തോളം കൊടിയ വർഗീയത നിലനിൽക്കുന്നു എന്നു നമ്മൾ കരുതുന്ന അതേ ഉത്തരേന്ത്യൻ പ്രശ്നബാധിത മണ്ണിലാണ് ഞാനുള്ളത്. എന്നിട്ടും, ഇവിടെ ഹിന്ദു-മുസ്ളിം എന്ന ചിന്ത, ചുരുങ്ങിയ പക്ഷം ഇത്തരം കാര്യങ്ങളിലെങ്കിലും കാണാനില്ല. മാത്രവുമല്ല ഇവിടുത്തെ മനുഷ്യർ ഏറ്റവും സംസ്ക്കാര ചിത്തരായി അതിഥികളെ സ്വീകരിക്കുകയും പരിപാലിക്കുകയും ചെയ്യുന്നു. ഒറ്റയ്ക്ക് ഒരു സ്ത്രീ ആയിട്ടു പോലും എനിക്ക് ഈ ഉത്തർപ്രദേശ് നഗരത്തിൽ ഭയരഹിതയായി സഞ്ചരിക്കാൻ സാധിച്ചു.

എന്റെ ആത്മാഭിമാനത്തെ ചോദ്യം ചെയ്യുന്ന ഒരു ചെറുവിരലനക്കമോ നോട്ടമോ പോലും എങ്ങുനിന്നും ഉണ്ടായില്ല.

ഒമ്പത്
മടക്കയാത്ര

കാശിയിൽ എത്തുക എന്നതായിരുന്നു ലക്ഷ്യം.

വന്നു, കണ്ടു, കണ്ട കാഴ്ചകൾ ഹൃദയം കീഴടക്കി.

ഇനി മടങ്ങണം.

വീട് എന്നെ കാത്തിരിക്കുന്നു.

രാവിലെ അല്പം വൈകി ഉണർന്നു. ബാഗ് അടുക്കി വയ്ക്കാൻ പ്രത്യേകിച്ച് ഒന്നുമില്ല. എന്നും ഉറങ്ങും മുൻപ് അതാതു ദിവസത്തെ ഉപയോഗിച്ച വസ്ത്രങ്ങൾ കൃത്യമായി മടക്കി ബാഗിലേക്കു മാറ്റിയിരുന്നു. ഇട്ടുകൊണ്ടു പോകാനുള്ളത് മാത്രം പുറത്തു വച്ച്, ബാഗ് ലോക്ക് ചെയ്തു.

ഒരു ബാക്ക്പാക്കും, ചെറിയ ഹാൻഡ് ബാഗും മാത്രമേ കരുതിയിട്ടുള്ളൂ. അല്പം മധുരവും പ്രിയപ്പെട്ടവർക്ക് കുറച്ച് സമ്മാനങ്ങളും മാത്രമേ വാങ്ങിയിട്ടുമുള്ളൂ. പ്രലോഭനങ്ങൾ ഏറെയുണ്ട് വാരാണസിയുടെ തെരുവീഥികളിൽ, സാരികൾ, ഷാളുകൾ, ആഭരണങ്ങൾ, ബാഗുകൾ അങ്ങനെ നിറയെ...

അതിനെ അതിജീവിച്ചാണ് ഞാൻ ഷോപ്പിങ്ങ് നടത്തിയത്.

ഉച്ചക്ക് രണ്ടുമണി കഴിഞ്ഞാണ് തിരിച്ചു ചെന്നൈയിലേക്കുള്ള ഫ്ളൈറ്റ്. പ്രഭാതഭക്ഷണം ഹോട്ടലിൽ നിന്നു കഴിച്ചു കഴിഞ്ഞപ്പോൾ ലല്ലയുടെ വിളിയെത്തി.

ഒന്ന് താഴേക്കു വരുമോ?

ലോബിയിൽ അവനുണ്ട്.

അവന്റെ അമ്മ എനിയ്ക്കായി കുറച്ചു പലഹാരം കൊടുത്തു വിട്ടിരിക്കുന്നു.

സ്നേഹം.... അവൻ പറഞ്ഞു, 'അമ്മ ആശീർവദിക്കൂ, അമ്മയുടെ മകനാണ്.' ഞാനവനെ ചേർത്തുപിടിച്ചു.

അല്ലാതെ എന്താണു ചെയ്യുക? പാവം കുട്ടി.

ഹോട്ടൽ ഇടപാടു ചെയ്ത കാറിൽ കാശിയോടു വിട പറഞ്ഞു ഞാൻ. നഗരത്തിരക്കുകൾ ഒഴിഞ്ഞ് ഹൈവേയിലൂടെ കാറു പാഞ്ഞു. സെക്യൂരിറ്റി ചെക്കിങ്ങുകൾ പൂർത്തിയാക്കി കാത്തിരിപ്പ്. സ്വദേശികളും വിദേശികളുമായി ധാരാളംപേർ.

ഒന്നരയുടെ ഖജുരാഹോ ഫ്ളൈറ്റ് പോയതോടെ വിദേശികൾ ഒഴിഞ്ഞു. ഇനി ചെന്നൈ ഫ്ളൈറ്റാണ്.

കൈയിൽ കരുതിയ ഏകപുസ്തകം ഗുരുസാഗരം മാത്രം.

ഞാനതു വായിച്ചു പൂർത്തിയാക്കുകയാണ്.

അവസാന താളിലെത്തി.

കടലിന്റെ വിസ്മൃതിയിൽ ഇപ്പോൾ ഗുരുപ്രസാദം നിറഞ്ഞു, കടലിനു മുകളിൽ കുഞ്ഞുണ്ണി കല്യാണിയുടെ ശബ്ദം കേട്ടു.

'അച്ഛാ, അച്ഛൻ ഖേദിക്കുന്നുവോ?'

'അതെ, മകളേ.'

....

ഈ ജന്മത്തിലല്ലേ ഞാൻ അച്ഛന്റെ മകളല്ലാതായിരുന്നിട്ടുള്ളൂ? പിറകോട്ടു തിരിഞ്ഞു നോക്കൂ, അച്ഛന് ഓർമ്മയില്ലേ ഞാൻ ശുകനും അച്ഛൻ വ്യാസനുമായിരുന്നത്?

അറിവു തേടി ശുകൻ ജനകന്റെ കൊട്ടാരത്തിലെത്തി. തേജസ്വിയായ ബ്രഹ്മചാരിയെക്കണ്ട് ജനകൻ ആർദ്രനായി; ശുകപിതാവായ വ്യാസനെ സമീപിച്ച് ജനകൻ പറഞ്ഞു, 'ഈ അറിവു നേടിയാൽ അങ്ങയുടെ മകൻ അവന്റെ ശരീരം വെടിയും.'

എന്റെ മകനെ തടയാൻ എനിക്ക് അവകാശമില്ല. വ്യാസൻ പറഞ്ഞു.

'എന്നാൽ, ബ്രഹ്മഹിതം പോലെ.'

ജനകൻ ശുകന് അറിവു പകർന്നു കൊടുത്തു.

ശുകൻ അറിവിൽ ജ്വലിച്ചു.

ജ്വാലയുടെ പാരമ്യത്തിൽ ശുകൻ ബന്ധനമറ്റ് ആദി ഭൂതങ്ങളിൽ ലയിച്ചു.

ഗുരുസാഗരത്തിൽ കുഞ്ഞുണ്ണിയ്ക്ക് അറിവു പകർന്നത് മകളായ കല്യാണി ആയിരുന്നുവെങ്കിൽ, എന്റെ ജ്ഞാനയാത്രയ്ക്കു കാരണമായത് എനിക്കു ജ്ഞാതരും അജ്ഞാതരുമായ എന്റെ പൂർവ്വികരാണ്. അവരുടെ ഇച്ഛയാണ് എന്നിലൂടെ നടപ്പായത്. കാശി ഓരോരുത്തനിലേയും ഞാൻ എന്ന ഭാവം മാറ്റുകയും അവിടെ അറിവു നിറയ്ക്കുകയും ചെയ്യുന്നു.

യാത്രയ്ക്കിടയിൽ ഒരു വട്ടം ആരോടും പറയാതെ ഗംഗ ഒന്നു

കൂടി കാണാൻ ഞാൻ പോയിരുന്നു.

മുൻകൂട്ടി തീരുമാനിക്കാത്ത ഒന്ന്.

ബോട്ടിൽ മുപ്പതോളം അപരിചിതർക്കൊപ്പം സഞ്ചരിക്കുമ്പോൾ തെക്കുഭാഗത്ത് ഹരിശ്ചന്ദ്ര ഘാട്ടിനു സമീപം ബോട്ട് തിരിക്കാനായി ഗംഗയുടെ മധ്യത്തിലേക്ക് ഓടിക്കുന്ന സമയം, യാത്രക്കാരിൽ ചിലർ ഇരിക്കുന്നിടത്തു നിന്നും എഴുന്നേറ്റു.

അതോടെ ബോട്ട് വല്ലാതെ ഉലഞ്ഞു.

അതിശക്തമായ ഒഴുക്കാണു ഗംഗയിൽ.

ഇരിപ്പിടത്തിൽ നിന്നും ഞാൻ തെറിച്ച് നിലത്തേക്കു വീണു.

മരണമെന്ന ചിന്ത മിന്നൽ പോലെ കടന്നു പോയി.

ബോട്ട് പെട്ടെന്നു സ്വാഭാവിക നില തിരികെപ്പിടിച്ചു.

യാത്രക്കാർ എല്ലാവരും പരിഭ്രമിച്ചു. ആ നിമിഷം ഒരു ഫോൺ കോൾ എന്നെത്തേടി എത്തി. 'യേച്ചി ഇത് എവിടെയാണ്? പറയാതെ പോയതെന്തിനാ?'

അതവനായിരുന്നു, അനിയൻ!

ഗൂഗിൾ മാപ്പിലെ ഷെയറിങ്ങിലൂടെ എന്റെ യാത്ര അവൻ കാണുന്നുണ്ടായിരുന്നു. ഞാൻ കാര്യം പറഞ്ഞു. പറയാതെ പോയതെന്തിന് എന്ന ചോദ്യത്തിൽ അവന്റെ പരിഭ്രമം നിറഞ്ഞിരുന്നു. ജീവിതം എത്ര വിലപ്പെട്ടതെന്ന് എന്നെ പഠിപ്പിച്ച നിമിഷം!

ഇനി കാശി എന്ന നഗരവും, ഗംഗയും, കണ്ടുമുട്ടിയ മനുഷ്യരും എല്ലാം ഞാനെന്റെ ഓർമ്മച്ചെപ്പിലേക്കു ഭദ്രമാക്കുകയാണ്.

ഇനിയും വരും,

സാധിക്കുന്ന കാലത്തോളം ഞാൻ വന്നു പോകും.

കാശി, ഇനി എനിക്കൊരു അപരിചിതനഗരമല്ല.

അനുബന്ധം

12 ജ്യോതിർലിംഗങ്ങൾ
അഥവാ ദ്വാദശ ജ്യോതിർലിംഗങ്ങൾ

ശിവനെ ജ്യോതിർലിഗരൂപത്തിൽ ആരാധിക്കുന്ന ഭാരതത്തിലെ പന്ത്രണ്ടു ശിവ ക്ഷേത്രങ്ങളെയാണ് ദ്വാദശ ജ്യോതിർലിംഗങ്ങൾ എന്നു പറയുന്നത്. ഈ ക്ഷേത്രങ്ങൾ ഭാരതീയ സംസ്കാരവുമായി വളരെയധികം ബന്ധപ്പെട്ടിരിക്കുന്നു. ഇതിൽ തെക്കെ അറ്റത്തുള്ളതു രാമേശ്വരവും വടക്കുള്ളതു കേദാർനാഥുമാണ്.

കാശിരാമേശ്വരം എന്നാണല്ലോ മോക്ഷവുമായി ബന്ധപ്പെട്ടു പറയുക. കാശിയിലും രാമേശ്വരത്തും ദർശനം നടത്താനായാൽ പുണ്യമെന്നു ഉറപ്പിച്ചിരുന്ന ഒരു കാലമുണ്ടായിരുന്നു.

പന്ത്രണ്ടു ക്ഷേത്രങ്ങളിൽ രണ്ടിടത്തു മാത്രമാണ് ഞാൻ ദർശനം നടത്തിയിട്ടുള്ളത്. ആദ്യം രാമേശ്വരം, പിന്നീടു വർഷങ്ങൾക്കിപ്പുറം കാശി. തമിഴ്നാടിനു തെക്കേ അറ്റത്തുള്ള രാമേശ്വരദ്വീപിൽ സ്ഥിതി ചെയ്യുന്ന രാമേശ്വരക്ഷേത്രം ജ്യോതിർലിംഗ ക്ഷേത്രങ്ങളിൽ ഏറെ പ്രധാനപ്പെട്ടതാണ്. രാമേശ്വരത്തെ ഇടനാഴിയിലൂടെ നടന്നത്, അന്ന് ആ നടത്തത്തിലും ഞാനേകയായിരുന്നു, ഓർമ്മകൾക്കു ഭസ്മസുഗന്ധം!

ആൾത്തിരക്കൊട്ടുമില്ലാതിരുന്ന ഒരു വൈകുന്നേരം രാമേശ്വരനെ തൊഴണം എന്ന ചിന്തയുമായാണ് ആ ക്ഷേത്രപട്ടണത്തിൽ എത്തിച്ചേർന്നത്. തീർത്തും നേർത്തൊരു ബോധമണ്ഡലമായിരുന്നു ആ കരിങ്കൽത്തൂണുകൾ നാട്ടിയ ഇടനാഴിയിലൂടെ നടക്കുമ്പോൾ എന്റെ ചിന്തകളെ പൗരാണികകാലഘട്ടത്തിന്റെ കഥയോർമകളിൽ നിന്നും വർത്തമാനകാല ചിന്തകളിലേക്ക് പിടിച്ചു നിർത്തിയിരുന്നത്. ഒടുവിൽ തിരക്കുകൾ തീരെ ഒഴിഞ്ഞ നേരത്ത് വിരലിലെണ്ണാവുന്ന ചില ഭക്തന്മാർക്കിടയിൽ നിന്നാണു രാമേശ്വരനെ ദർശിച്ചത്.

വീരം! മഹാവീരം! ശംഭോ മഹാദേവ!

നീ കാക്കണം, നീ തന്നെ തുണയെന്നു ഞാൻ ഉരുവിട്ടതെത്ര

തവണയെന്ന് ഇന്ന് ഓർത്തെടുക്കാനാകുന്നില്ല. മഹാമേരു പോലെ ഗർഭഗൃഹത്തിൽ നിലകൊണ്ട ആ ശിവലിംഗദർശനത്തോടെ ശരീരത്തിൽ ഒരു വിദ്യുത് തരംഗം പാഞ്ഞുപോയി.

മഹേശ്വരൻ! ആ കാഴ്ച്ചയിന്നും മനസ്സിനെ തൊട്ടുണർത്തുന്നു.

ദ്വാദശ ജ്യോതിർലിംഗങ്ങളിൽ പിന്നീട് ദർശനം സാധിച്ചത് കാശി വിശ്വനാഥന്റെ മുന്നിലാണ്. കാശിവിശ്വനാഥ ക്ഷേത്രം ജ്യോതിർലിംഗ ക്ഷേത്രങ്ങളിൽ ഏറ്റവും പ്രസിദ്ധമായതാണ്. കാശി വിശ്വനാഥൻ, വിശ്വത്തിന്റെ നാഥനെന്ന പേരു തന്നെ കൈക്കൊള്ളുമ്പോൾ ജനലക്ഷകൾ വരിവരിയായി നിൽക്കുന്നു ദർശനപുണ്യം നേടാൻ. രാമേശ്വരത്തെ അപേക്ഷിച്ച് ഇവിടെ ഭൂമിയോടു ചേർന്നാണ് ജ്യോതിർലിംഗം സ്ഥിതി ചെയ്യുന്നത്. അനേകശതം കണ്ഠങ്ങളിൽ നിന്നുയരുന്ന നാമജപത്തിന്റെ അകമ്പടിയോടെ ഓരോ ഭക്തനും വിശ്വേശ്വരനെ തൊഴുതു മടങ്ങുന്നു.

ശൈവപുരാണങ്ങളുമായും ചരിത്രവുമായും അടുത്തുനിൽക്കുന്നു എല്ലാ ജ്യോതിർലിംഗ ക്ഷേത്രങ്ങളും. തുടർന്നു വരുന്ന പത്തു ജ്യോതിർലിംഗ ക്ഷേത്രങ്ങളെക്കുറിച്ചുകൂടി പറയാം.

ഇതിൽ പടിഞ്ഞാറ്, സോമനാഥ് ക്ഷേത്രമാണ്. ഈ ക്ഷേത്രം ഗുജറാത്തിലെ സൗരാഷ്ട്രയിലുള്ള പ്രഭാസ് പട്ടണത്തിൽ സ്ഥിതി ചെയ്യുന്നു. ഈ ക്ഷേത്രം ഭാരതീയ സംസ്കാരത്തിൽ വളരെയധികം സ്വാധീനം ചെലുത്തിയിട്ടുണ്ട്.

മഹാകാലേശ്വര ക്ഷേത്രവും ജ്യോതിർലിംഗ ക്ഷേത്രമാണ്. മധ്യപ്രദേശിലെ പുരാതന നഗരമായ അവന്തി അഥവാ ഇന്നത്തെ ഉജ്ജെയിനിൽ സ്ഥിതി ചെയ്യുന്നു. മധ്യേന്ത്യയിൽത്തന്നെയാണ് ഭീമശങ്കർ ക്ഷേത്രവും സ്ഥിതി ചെയ്യുന്നത്. ത്രിപുരാസുരവധവുമായി ബന്ധപ്പെട്ട ഈ ക്ഷേത്രം മഹാരാഷ്ട്രയിലെ പൂനക്കടുത്തുള്ള സഹ്യാദ്രികുന്നുകളിൽ സ്ഥിതിചെയ്യുന്നു. മറ്റൊന്ന് ത്രയംബകേശ്വർ ക്ഷേത്രമാണ്. മഹാരാഷ്ട്രയിലെ നാസിക്കിനടുത്താണു ഈ ക്ഷേത്രം സ്ഥിതി ചെയ്യുന്നത്. ഗോദാവരീനദി ഈ ക്ഷേത്രപരിസരത്തു നിന്നാണ് ഉദ്ഭവിക്കുന്നത്. ഇനിയുള്ളത്, ഓംകാരേശ്വർ ക്ഷേത്രമാണ്. മദ്ധ്യപ്രദേശിലെ നർമ്മദാ നദീ തീരത്തുള്ള ദ്വീപിൽ ഈ അമലേശ്വര ക്ഷേത്രം സ്ഥിതി ചെയ്യുന്നു.

ആന്ധ്രാപ്രദേശിലെ കുർണൂൽ ജില്ലയിലെ ശ്രീ ശൈലം മല്ലികാർജ്ജുന ക്ഷേത്രം ശില്പകലയ്ക്കു പ്രസിദ്ധമാണ്. ജ്യോതിർലിംഗ ക്ഷേത്രങ്ങളിൽ ഏറെ പ്രധാനപ്പെട്ടതാണ് മല്ലികാർജ്ജുന ക്ഷേത്രവും. നാഗേശ്വർ ജ്യോതിർലിംഗമാണ് മറ്റൊരു ക്ഷേത്രം.

ഗുജറാത്തിലെ ദ്വാരകക്ക് സമീപം സ്ഥിതി ചെയ്യുന്നു. മഹാരാഷ്ട്ര യിലെ എല്ലോറയ്ക്കു സമീപം സ്ഥിതി ചെയ്യുന്ന ഘൃഷ്ണേശ്വർ ക്ഷേത്രമാണ് മറ്റൊന്ന്. ഒന്നാം നൂറ്റാണ്ടിൽ നിർമ്മിച്ച ശിലാലിഖി തങ്ങൾ ഇവിടെക്കാണാം.

ഉത്തരദിക്കിലേക്കു ചെല്ലുമ്പോൾ ജാർഖണ്ഡ് ദിയോഗാർഹിൽ പുരാതന വൈദ്യനാഥ ജ്യോതിർലിംഗക്ഷേത്രം സ്ഥിതി ചെയ്യുന്നു. കേദാർനാഥ് ക്ഷേത്രമാണ് മറ്റൊന്ന്. ഹിമാലയത്തിൽ മഞ്ഞ് മൂടി കാണപ്പെടുന്ന ഈ ക്ഷേത്രം വർഷത്തിൽ ആറു മാസം മാത്രമേ തുറക്കുകയുള്ളൂ. ഉത്തരാഖണ്ഡ് സംസ്ഥാനത്ത് സ്ഥിതി ചെയ്യുന്ന ക്ഷേത്രം നിർമ്മിച്ചത് ആദി ശങ്കരാചാര്യരാണ്.

പന്ത്രണ്ട് ജ്യോതിർലിംഗങ്ങളെക്കുറിച്ചും അവയുടെ സ്ഥാനത്തെ കുറിച്ചും പ്രതിപാദിക്കുന്ന സംസ്കൃത സ്തോത്രമാണ് ദ്വാദശ ജ്യോതിർലിംഗ സ്തോത്രം. ആദിശങ്കരനാണ് ഇതിന്റെ കർത്താവ്.

'സൗരാഷ്ട്രേ സോമനാഥം ച ശ്രീശൈലേ മല്ലികാർജുനം
ഉജ്ജയിന്യാം മഹാകാലം ഓംകാരമമലേശ്വരം
പരല്യാം വൈദ്യനാഥം ച ഡാകിന്യാം ഭീമശങ്കരം
സേതുബന്ധേ തു രാമേശം നാഗേശം ദാരുകാവനേ
വാരണസ്യാം തു വിശ്വേശം ത്ര്യംബകം ഗൗതമീതടേ
ഹിമാലയേ തു കേദാരം ഘുഷ്മേശം ച ശിവാലയേ
ഏതാനി ജ്യോതിർലിംഗാനി സായം പ്രാതഃ പഠേത് നരഃ
സപ്തജന്മകൃതം പാപം സ്മരണേന വിനശ്യതി
ഏതേശാം ദർശനാദേവ പാതകം നൈവ തിഷ്ഠതി
കർമക്ഷയോ ഭവേത്തസ്യ യസ്യ തുഷ്ടോ മഹേശ്വരഃ
ഇതി ദ്വാദശ ജ്യോതിർലിംഗസ്തോത്രം സംപൂർണ്ണം'

കാലഭൈരവൻ

ശിവന്റെ ഒരു പ്രചണ്ഡമായ രൂപമാണ് കാലഭൈരവൻ. വിനാശകാരിയായ അല്ലെങ്കിൽ വിനാശത്തെ നിയന്ത്രിക്കുന്ന ശിവരൂപമാണ് കാലഭൈരവൻ എന്നാണ് വിശ്വാസം. ശരീരത്തിൽ സർപ്പങ്ങളെയും, കപാലമാലയും ആഭരണമായ് അണിഞ്ഞിരിക്കുന്നു. നായയാണ് കാലഭൈരവന്റെ വാഹനം. ശിവന്റെ ഉഗ്രരൂപങ്ങളായ എട്ട് ഭൈരവന്മാരിൽ ഒന്നാണ് കാലഭൈരവൻ.

1. കാലഭൈരവൻ
2. അസിതാംഗഭൈരവൻ
3. സംഹാരഭൈരവൻ
4. രുരുഭൈരവൻ
5. ക്രോധഭൈരവൻ
6. കപാലഭൈരവൻ
7. രുദ്രഭൈരവൻ
8. ഉന്മത്തഭൈരവൻ

എന്നിങ്ങനെ ഭൈരവന് അഷ്ടഭാവങ്ങളുണ്ട്.

കാലത്തിന്റെ അഥവാ സമയത്തിന്റെ ഈശ്വരനായും കാലഭൈരവനെ ആരാധിക്കാറുണ്ട്. പ്രപഞ്ചത്തിൽ സമയത്തിന്റെ മുന്നോട്ടുള്ള പ്രയാണം നിർണ്ണയിക്കുന്നവനാണ് ഭൈരവൻ. സമയം വൃഥാ ചെലവഴിക്കുന്ന പ്രവണത അവസാനിപ്പിക്കാനും ബുദ്ധിപൂർവ്വം വിനിയോഗിച്ചു ജീവിതം വിജയപ്രദമാക്കാനും സമയനിർണയനിയന്താവായ ഭൈരവമൂർത്തിയുടെ അനുഗ്രഹാശിസ്സുകൾക്കായ് പ്രാർത്ഥിക്കാം.

പരമശിവൻ ഭൈരവ അവതാരമെടുത്തതിന്റെ പിറകിലുള്ള ഐതിഹ്യം ഇങ്ങനെ. ഒരിക്കൽ ബ്രഹ്മാവിനും, മഹാവിഷ്ണുവിനും, ശിവനും ഇടയിൽ ആരാണ് കൂടുതൽ ശക്തിമാനെന്ന കാര്യത്തിൽ ഒരു തർക്കം ഉടലെടുത്തു. പ്രശ്നപരിഹാരത്തിനായി പരമശിവന്റെ

നേതൃത്വത്തിൽ ഒരു സഭചേർന്നു. അതിൽ, മഹാമുനിമാരും ഋഷിമാരും, സിദ്ധൻമാരും, ജ്ഞാനികളും സന്നിഹിതരായിരുന്നു.

സഭയുടെ തീരുമാനങ്ങൾ എല്ലാവരും അനുസരിക്കണമെന്ന നിബന്ധനയും മുന്നോട്ട് വച്ചു. പരമശിവനാണ് ഏറ്റവും ശക്തിമാനെന്ന് എല്ലാവരും അംഗീകരിച്ചു. എല്ലാവരും അതംഗീകരിക്കുവാൻ തയ്യാറായെങ്കിലും ബ്രഹ്മാവ് മാത്രം വഴങ്ങാൻ കൂട്ടാക്കിയില്ല. തർക്കങ്ങൾക്കൊടുവിൽ ബ്രഹ്മാവ് ശിവനെ അപമാനിക്കുന്നു, കോപാകുലനായ പരമശിവൻ ബ്രഹ്മാവിന്റെ അഞ്ചു തലകളിൽ ഒരെണ്ണം വെട്ടിമാറ്റുന്നു. കലിയടങ്ങാതെ പരമശിവൻ ഉഗ്രമായ പ്രളയരൂപത്തിൽ പ്രത്യക്ഷമാവുകയും, ആ പ്രളയത്തിൽ മൂന്നു ലോകങ്ങളും നടുങ്ങി വിറക്കാനും തുടങ്ങി.

പ്രളയത്തിനിടയിൽ ഉഗ്രരൂപമായ ഭൈരവഭഗവാന്റെ രൂപം കറുത്ത നായുടെ മുതുകിലിരുന്നു വരുന്നതു പ്രത്യക്ഷമായി. പാപികളെ ശിക്ഷിക്കാൻ കൈയിൽ ദണ്ഡുമായി വന്ന ഭൈരവൻ ദണ്ഡപാണിയെന്നും അറിയപ്പെടുന്നു. ഉഗ്രരൂപമായ ഭൈരവനെ കണ്ട് ആരാണ് കൂടുതൽ ശക്തിമാനെന്ന സംശയം തീരുകയും, ബ്രഹ്മാവ് ഭയന്നു പോവുകയും തന്റെ തെറ്റിനു ക്ഷമ ചോദിക്കുകയും ചെയ്തു.

കൂട്ടത്തിൽ ഈ അപ്രതീക്ഷിത സംഭവങ്ങളിൽ പരിഭ്രാന്തിയിലായ മറ്റു ദേവതകളും പരമശിവനോടും, ഭൈരവനോടും പ്രാർത്ഥനയോടെ ക്ഷമ ചോദിക്കുകയും, തെറ്റ് പൊറുക്കാൻ അപേക്ഷിക്കുകയും ചെയ്തു. ശാന്തസ്വരൂപം കൈക്കൊണ്ട പരമശിവൻ ബ്രഹ്മാവിന്റെ അഞ്ചാംതല യഥാസ്ഥാനത്തു തന്നെ പുനഃസ്ഥാപിക്കുകയും, ബ്രഹ്മാവിനോടു പൊറുക്കുകയും ചെയ്യുന്നു.

അങ്ങനെയുണ്ടായതാണ് പരമശിവന്റെ ഭൈരവ അവതാരം.

നവഗ്രഹങ്ങളെയും പന്ത്രണ്ട് രാശികളെയും അഷ്ടദിക്പാലകരെയും തന്നിലാക്കിയ മൂർത്തീഭാവമാണ് ഭൈരവന്റേത്. ഭൈരവനെ വണങ്ങിയാൽ സകലദോഷങ്ങളിൽ നിന്നും മോചനം നേടാം. ഭൈരവ ഉപാസകാരെ ശനിദോഷം ഒരു രീതിയിലും ബാധിക്കില്ല.

ഭൈരവന് 64 മൂർത്തീഭാവങ്ങൾ ഉണ്ട്. കാശിയിൽ കാലചക്രത്തെ നിയന്ത്രിക്കുന്ന ഭൈരവമൂർത്തി കാലഭൈവരനായി വാണരുളുന്നു.

'ഓം ദിഗംബരായ വിദ്മഹേ
ദീർഘദർശനായ ധീമഹി
തന്വോ ഭൈരവ:
പ്രചോദയാത്.'

ഈ ഭൈരവഗായത്രി സദാ ജപിക്കുന്നവർക്ക് ജീവിതം എല്ലാ അർഥത്തിലും സുരക്ഷിതമായിരിക്കും. മഹാദേവന്റെ ഭയാനകമായ ക്രോധഭാവമാണ് കാലഭൈരവൻ...

കാലഭൈരവനെ ആരാധിക്കുന്ന സന്യാസിസമൂഹമാണ് അഘോരികൾ. മറ്റു സന്യാസിസമൂഹത്തിന്റെ ആരാധനാക്രമങ്ങളല്ല അഘോരികളുടേത്. കാശിയിൽ പലേടത്തും ഇവരെ കാണാനാകും. എന്നാൽ യഥാർത്ഥ അഘോരിയാണോയെന്ന് തിരിച്ചറിയുക അത്ര എളുപ്പമല്ല. അഘോരി എന്നാണ് മഹാദേവന്റെ പഞ്ചമുഖങ്ങളിൽ ഒന്നിന്റെ നാമവും.

ഭൈരവ സങ്കല്പം

ശ്രീപരമേശ്വന്റെ ഏറ്റവും ഭയം ജനിപ്പിക്കുന്ന ഭാവമാണ് ഭൈരവമൂർത്തി. ഭീഷണം, ഭയജനകം എന്നൊക്കെയാണ് ഭൈരവൻ എന്ന പദത്തിന്റെ അർത്ഥം.

'ഭ' കാരം ഭരണം, നിലനിറുത്തൽ എന്നിവയെയും

'ര' കാരം പിൻവലിയലിനെയും

'വ' കാരം പ്രപഞ്ചസൃഷ്ടിയെയും പ്രതിനിധീകരിക്കുന്നു.

ഹൈന്ദവർക്കും ബൗദ്ധർക്കും ജൈനർക്കും ഒരുപോലെ ആരാധ്യനാണ് ഭൈരവമൂർത്തി. അമ്പലങ്ങളുടെ സംരക്ഷകനാകയാൽ കാലഭൈരവനെ ക്ഷേത്രപാലകനെന്നും പറയും. യാത്ര പുറപ്പെടും മുൻപ് ഭൈരവനെ പ്രാർത്ഥിക്കണമെന്ന് സിദ്ധൻമാർ പറയുന്നു.

ശനീശ്വരന്റെ ഗുരുവാണ് കാലഭൈരവമൂർത്തി.

കാലഭൈരവ ജയന്തി

മാർഗശീർഷ കൃഷ്ണപക്ഷ അഷ്ടമി ദിവസം, പരമശിവൻ, ഭൈരവന്റ രൂപത്തിൽ അവതാരമെടുത്ത ദിവസമാണ് കാലഭൈരവ ജയന്തി, അല്ലെങ്കിൽ കാലാഷ്ടമിയായി ആചരിക്കുന്നത്. എല്ലാ മാസങ്ങളിലുമുള്ള കൃഷ്ണപക്ഷ അഷ്ടമി ദിവസങ്ങളിലും ഭൈരവജയന്തി പൂജ നടത്തപ്പെടുന്നുവെങ്കിലും ഭൈരവജയന്തി ദിവസം നടക്കുന്ന പൂജകൾക്കും, ചടങ്ങുകൾക്കും വളരെയധികം പ്രാധാന്യമുണ്ട്. ഉഗ്രരൂപിയായ, കാലത്തിന്റെ അധിപനായ, (അഥവാ കാലത്തിന്റെ ദൈവം) പരമശിവനെ ദണ്ഡപാണിയായ കാലഭൈരവ രൂപത്തിൽ ഈ ദിവസം ഉപാസന ചെയ്ത് ആരാധിച്ചാൽ എല്ലാവിധ കഷ്ടനഷ്ടങ്ങളിൽ നിന്നും മോചനവും, ദുഷ്ടശക്തികളിൽ നിന്നുള്ള ദൃഷ്ടിയും ദുഷ്ടകണ്ണും ഇല്ലാതെയും ജീവിതം ഐശ്വര്യപൂർണമാ

യിരിക്കുമെന്നും വിശ്വാസമുണ്ട്. വ്രതമെടുത്ത്, രാത്രിയിൽ ഉണർന്നിരിക്കുകയും, ഭോലെ നാഥ് സ്തോത്രവും, ഭജനയും ശംഖു വിളികളും ശിവപാർവതി പൂജയും ഭൈരവ ഉല്പത്തികഥകൾ കേൾക്കുകയും ചെയ്യുന്നതാണ് ആചാരം.

അതികാലത്ത് ഉണർന്നു പുണ്യനദികളിൽ സ്നാനം ചെയ്തു പിതൃതർപ്പണം ചെയ്യുകയും, ഭൈരവന്റെ വാഹനമായ നായക്ക് ഭക്ഷണം കൊടുക്കുകയും ചെയ്യുകയെന്നുള്ളതും ഈ ദിവസത്തിലെ ആചാരങ്ങളാണ്. ശുദ്ധമായ മനസ്സോടു കൂടി കാലഭൈരവ പൂജ ചെയ്യുന്നവർക്ക് രോഗശാന്തിയടക്കമുള്ള ഫലപ്രാപ്തി നിശ്ചയമെന്നു വിശ്വസിക്കുന്നു.

ഇന്ത്യയിൽ പ്രശസ്തമായ തൊണ്ണൂറ്റിയാറോളം കാല ഭൈരവ ക്ഷേത്രങ്ങൾ ഉണ്ടെന്നാണ് കണക്ക്, അതിൽ ഏറ്റവും കൂടുതലുള്ളത് തമിഴ്നാടിലുമാണ്, ഇരുപതെണ്ണം. ഇന്ത്യക്ക് പുറമേ നേപ്പാൾ (പതിനാറ് കാലഭൈരവ ക്ഷേത്രങ്ങൾ), യുഎസ്സ്, മൗറീഷ്യസ്സ്, സിങ്കപ്പൂർ, ഇൻഡോനേഷ്യ അടക്കം പല രാജ്യങ്ങളിലും കാലഭൈരവ ക്ഷേത്രങ്ങൾ നിലവിലുണ്ട്.

'സദാശിവസമാരംഭാം
ശങ്കരാചാര്യമധ്യമാം
അസ്മദാചാര്യപര്യന്താം
വന്ദേ ഗുരുപരമ്പരാം.'

ഭൈരവമൂർത്തികളിൽ കാലരൂപത്തിലുള്ള പ്രധാനമൂർത്തിയാണ് കാലഭൈരവൻ. കാശിയിലാണ് പ്രധാന കാലഭൈരവക്ഷേത്രം സ്ഥിതി ചെയ്യുന്നത്. കാശിക്ഷേത്രനഗരത്തിന്റെ മുഖ്യകാവൽ ദൈവമാകുന്നു കാലഭൈരവൻ. ദേഹം മുഴുവൻ സർപ്പങ്ങളാൽ ചുറ്റപ്പെട്ടവനും ത്രിശൂലം, ഉടുക്ക്, പാശം, കപാലം എന്നിവ ധരിച്ചവനും കപാലമാല അണിഞ്ഞവനും നായ് വാഹനനുമായ കാലധർമ്മ സംരക്ഷണമൂർത്തിയാണ് ശ്രീ കാലഭൈരവദേവൻ.

വിധാതാവായ ബ്രഹ്മദേവന്റെ തലവിധിയെ തന്നെ മാറ്റിമറിച്ച ശിവഭഗവാന്റെ അവതാരമാണ് ശ്രീ കാലഭൈരവദേവൻ. ഭൂലോകവാസികളായ മനുഷ്യരുടെയെല്ലാം തലവിധിയെത്തന്നെ മാറ്റിയെഴുതി അനുകൂലമാക്കാൻ ശ്രീ കാലഭൈരവദേവനെ ആരാധിച്ചാൽ മതിയാകും. കാലഭൈരവദേവന്റെ അനുഗ്രഹം ലഭിക്കാൻ ശ്രീ കാശി വിശ്വനാഥനെ സ്തുതിച്ച് പ്രസന്നനാക്കിയാൽ മാത്രമേ സാധിക്കൂ. കാലഭൈരവദേവന്റെ ശക്തി ദേവിയാകുന്നു, കാലഭൈരവീദേവി. കാലസംഗീതത്തിൽ എപ്പോഴും മുഴുകിയിരിക്കുന്നവനും കാലനിർ

ണ്ണയത്തിന്റെ മുഖ്യകേന്ദ്രവുമായ കാലഭൈരവദേവനാണ് നമ്മുടെ ഗ്രാമകാവൽ ദേവതമുതൽ പ്രപഞ്ചമാകുന്ന മഹാക്ഷേത്രത്തിന്റെയും മഹാകാവൽ ദൈവം. എല്ലാ കാവൽദേവതകളും ധർമ്മദേവതകളും കാലഭൈരവനിൽനിന്നും കാലഭൈരവിയിൽനിന്നുമുള്ള അംശദേവതകളാണ്. കാലഭൈരവാഷ്ടകവും കാലഭൈരവ മൂലമന്ത്രവും ജപിച്ച് പൂജിച്ച ഏലസ് നമ്മുടെ കൈയിലോ, കഴുത്തിലോ, ദേഹത്തോ, പോക്കറ്റിലോ, പഴ്സിലോ സൂക്ഷിച്ചാൽ കാലനും ആ വ്യക്തിയെ തൊടാതെ മാറിനിൽക്കുമെന്നാണ് പഴമൊഴി.

ജാതകവശാലുള്ള ശനി, രാഹു, കേതു, ചൊവ്വ തുടങ്ങിയ ഗ്രഹങ്ങൾ ദോഷം ചെയ്യുന്ന സമയത്തിനും ദുർഗ്രഹദേവതാദോഷങ്ങൾക്കും അകാലമൃത്യുദോഷം, യാത്രാദോഷം, വിളിദോഷം, ദൃഷ്ടിദോഷം തുടങ്ങിയ അനേകം പ്രശ്നങ്ങൾക്കും കാലഭൈരവമഹാമന്ത്രം അഭിമന്ത്രിച്ച ചരട്, ഭസ്മം ഇവ ദേഹത്ത് ധരിച്ചാൽ കാലഭൈരമൂർത്തിയുടെ അനുഗ്രഹത്താൽ ആ വ്യക്തി എത്ര കടുത്ത ആപത്തിൽനിന്നും രക്ഷപ്രാപിക്കും. മഹാകാലഭൈരവമൂർത്തിയെ മനസ്സാസ്മരിച്ചുകൊണ്ട് ശ്രീ ആദിശങ്കരാചര്യ സ്വാമികൾ എഴുതിയ കാലഭൈരവാഷ്ടകം നിത്യവും ജപിക്കുക. ശോകം, ദീനത, ലോഭം, കോപം, താപം എന്നിവ ഇല്ലാതാക്കി അറിവും മോക്ഷവും ലഭിക്കും. ശ്രീ കാലഭൈരവാഷ്ടകത്തിന്റെയും മന്ത്രത്തിന്റെയും മഹിമയാണ് മുകളിൽ വിവരിച്ചത്.

ഇനി ഭൈരവയന്ത്രത്തിന്റെ മഹിമയെപ്പറ്റി വിവരിക്കാം. ആപദുദ്ധാരകമായ ഭൈരവയന്ത്രം ധരിച്ചാൽ ഭയം, അപമൃത്യു എന്നിവയുണ്ടാകുകയില്ല. സർവ്വവിധ സമ്പത്തുകളും അഭീഷ്ടസിദ്ധികളും ഉണ്ടാകുന്നതാണ്. ഗ്രഹദോഷങ്ങളോ, ശത്രുപീഡകളോ ഉണ്ടാകുകയുമില്ല. ഭരണാധികാരികൾക്ക് സകലവിധ വിജയങ്ങളും ഉണ്ടാകുന്നതാണ്. ആപത്തുകളെ ഇല്ലാതാക്കുന്നതിന് തന്ത്രവിധികളിൽ ഏറ്റവും ശ്രേഷ്ഠമാണ് ഭൈരവയന്ത്രം. ആപത്തുകളിൽനിന്ന് രക്ഷ നേടാൻ ശ്രീ കാലഭൈരവദേവനെ ഭജിക്കുക.

ശ്രീ കാലഭൈരവ മഹിമ വർണ്ണിച്ചാലും വർണ്ണിച്ചാലും തീരില്ല. സർവ്വവിധ കാലദോഷങ്ങൾക്കും ഭൂത, പ്രേത, ശത്രുദോഷങ്ങൾക്കും ഭയം, ഉന്മാദം, അപസ്മാരം അലസത, ശ്രദ്ധക്കുറവ്, വ്യവഹാരദോഷം, ആയുർദോഷം, വിട്ടുമാറാത്ത രോഗങ്ങൾ, വാസ്തുദോഷങ്ങൾ തുടങ്ങി ജാതിമതഭേദമന്യേ എല്ലാവരുടേയും പ്രശ്നങ്ങളും കാലഭൈരവപൂജയും വഴിപാടുകളും കൊണ്ടുമാറും കാലഭൈരവ പൂജയാൽ സർവ്വവിധ ആപത്തുകളും മാറ്റാമെന്നാണ് പറയുന്നത്.

൨൦

കാശി വിശ്വനാഥ ക്ഷേത്രം

വാരണസി, ബനാറസ്, അല്ലെങ്കിൽ കാശി അങ്ങനെ പല പേരുകളുണ്ട് ഈ നഗരത്തിന്. ഭൂമിയിലെ ഏറ്റവും പുരാതനപെട്ട നഗരമാണിത്. വരുണാ നദിയുടേയും അസിനദിയുടേയും സംഗമ സ്ഥാനമാണ് ഇവിടം. ഈ നഗരത്തിൽ പ്രവേശിച്ചാൽ മാത്രംമതി, അയാൾക്കു മുക്തി ലഭിക്കുമെന്നു വിശ്വസിച്ചിരുന്ന ഒരു കാലമുണ്ടായിരുന്നു. ഈ നഗരത്തിന്റെ ഹൃദയം വിശ്വനാഥനായിരുന്നു.

ശിവന് സമർപ്പിച്ചിരിക്കുന്ന ക്ഷേത്രമാണ് കാശി വിശ്വനാഥ ക്ഷേത്രം. ഉത്തർപ്രദേശിലെ വാരണാസിയിലെ വിശ്വനാഥ് ഗലിയിലാണ് ക്ഷേത്രം സ്ഥിതി ചെയ്യുന്നത്. ക്ഷേത്രം പന്ത്രണ്ട് ജ്യോതിർലിംഗ ക്ഷേത്രങ്ങളിൽ ഒന്നാണ്. വിശ്വനാഥൻ, വിശ്വേശ്വരൻ എന്നീ പേരുകളിൽ ഈ ക്ഷേത്രത്തിന്റെ അധിപനായ ദേവൻ അറിയപ്പെടുന്നു. പ്രപഞ്ചനാഥൻ എന്നാണ് ഈ വാക്കുകളുടെ അർത്ഥം.

കാശിയിൽ 26,000 ക്ഷേത്രങ്ങൾ ഉണ്ടായിരുന്നു, എന്നാലിന്ന് 3,000 എണ്ണം മാത്രമേയുള്ളൂ, പലതും യുദ്ധങ്ങളിൽ നശിപ്പിക്കപ്പെട്ടു. ഓരോ തവണ ആക്രമിക്കപ്പെട്ടപ്പോഴും ആളുകൾ അവരെക്കൊണ്ടാവുന്ന രീതിയിൽ അതിനെ പുനർനിർമിക്കുകയും ചെയ്തു.

പിന്നീട് കാശി ആക്രമിക്കാൻ ഒരുങ്ങിയ ഔറങ്ഗസീബിന് ഒരു കാര്യം മനസ്സിലായി, ക്ഷേത്രങ്ങളെ തകർത്താൽ ആളുകൾ അത് വീണ്ടും പടുത്തുയർത്തും. കാരണം, വിശ്വനാഥൻ എന്ന രൂപകം ജനങ്ങളുടെ ഹൃദയങ്ങളിൽ വസിക്കുന്ന ഒന്നാണ്. ഇത് അസാധാരണമായ അനുഭവത്തിലൂടെയും ബന്ധത്തിലൂടെയും ജീവിതത്തിന്റെ ഭാഗമായതാണ്. അപ്പോൾ ക്ഷേത്രം പുനർനിർമിക്കാൻ സാധിക്കാത്ത വിധത്തിൽ തകർക്കണം, അങ്ങനെ അദ്ദേഹം കാശി വിശ്വനാഥ ക്ഷേത്രത്തിന്റെ അകക്കാമ്പിൽ ഒരു പള്ളി പണിയാൻ തീരുമാനിച്ചു. അദ്ദേഹം ക്ഷേത്രം മുഴുവൻ പൊളിച്ചുമാറ്റി, അതിന്റെ ഒരു ചെറിയ ഭാഗം മാത്രം അവശേഷിപ്പിച്ചു. ആ ക്ഷേത്രത്തെ പുനർ

നിർമിക്കാർ കഴിയില്ല എന്നുറപ്പിച്ചു. ഇപ്പോൾ ആ ചെറിയ ഭാഗത്താണ് കാശി വിശ്വനാഥ ലിംഗം ഉള്ളത്. അത് പഴയ ക്ഷേത്രപരിസരത്തിനു പുറത്താണുള്ളത്. ക്ഷേത്രം തകർത്തപ്പോൾ ശിവലിംഗം കഷണങ്ങളാക്കിയെന്നും അതല്ല, അതിനവർക്കു സാധിക്കും മുൻപ് ആ ശിവലിംഗത്തെ ഭദ്രമായി ഗ്യാൻവാപി കിണറിൽ ഒളിപ്പിച്ചുവെന്നും പറയപ്പെടുന്നു. അതുപോലെ ഇപ്പോഴത്തെ ക്ഷേത്രനിർമാണവേളയിൽ ആ ശിവലിംഗം കണ്ടെടുത്തുവെന്നും, അതല്ല പൊട്ടിച്ചെറിഞ്ഞ ശിവലിംഗത്തെ കൂട്ടിച്ചേർത്തുവെന്നും അതുമല്ല, തീർത്തും പുതിയൊരു ശിവലിംഗം പ്രതിഷ്ഠിച്ചുവെന്നും വിവിധ വാദങ്ങൾ നിലനിൽക്കുന്നു.

മുഗൾ ചക്രവർത്തിയായ ഔറംഗസേബ് ഈ ക്ഷേത്രം പലതവണ തകർത്തിരുന്നു, അദ്ദേഹം അതിന്റെ സ്ഥലത്ത് ജ്ഞാനവാപി മസ്ജിദ് നിർമ്മിച്ചു.1780-ൽ ഇൻഡോറിലെ മറാഠാ ഭരണാധികാരി അഹല്യഭായ് ഹോൾക്കറാണ് നിലവിലെ ക്ഷേത്ര മന്ദിരം, മസ്ജിദിനോടു ചേർന്നു നിർമിച്ചത്. 1983 മുതൽ, ഉത്തർപ്രദേശ് സർക്കാർ രൂപീകരിച്ച ട്രസ്റ്റി ബോർഡാണ് ക്ഷേത്രത്തിന്റെ കാര്യങ്ങൾ കൈകാര്യം ചെയ്യുന്നത്.

ഐതീഹ്യം

സ്വയം പ്രത്യക്ഷമാകുന്ന ആദ്യത്തെ ജ്യോതിർലിംഗമാണ് വാരണാസിയിലേത് എന്നു വിശ്വസിക്കപ്പെടുന്നു. ഐതിഹ്യമനുസരിച്ച്, ഈ സ്ഥലത്താണ് ശിവൻ ബ്രഹ്മാവിനും വിഷ്ണുവിനും മുന്നിൽ അനന്തമായ പ്രകാശസ്തംഭമായി (ജ്യോതിർലിംഗം) പ്രത്യക്ഷപ്പെട്ടത്. അതിനിടയാക്കിയ സംഭവം ഇങ്ങനെയാണ്.

ഒരിക്കൽ തങ്ങളിൽ ആരാണു കേമൻ എന്നതിനെക്കുറിച്ച് ബ്രഹ്മാവിനും വിഷ്ണുവിനും ഇടയിൽ തർക്കമുണ്ടായി. തർക്കം തീരണമല്ലോ, പരമശിവൻ ഇവർക്കിടയിൽ ജ്യോതിർലിംഗമായി അവതരിച്ചു. ജ്യോതിർലിംഗത്തിന്റെ ആദിയും അന്ത്യവും കണ്ടെത്തണം, ആര് ആദ്യം അതു സാധിക്കുന്നുവോ അവർ വിജയിയാകും. ജ്വലിച്ചുതിളങ്ങുന്ന സ്തംഭത്തിന്റെ ഉത്ഭവം കണ്ടെത്തുന്നതിനായി, വിഷ്ണു ഒരു പന്നിയുടെ (വരാഹ) രൂപം സ്വീകരിച്ച് ഭൂമി തുളച്ചു മുന്നേറി, അതേസമയം ഹംസത്തിന്റെ രൂപം ധരിച്ച ബ്രഹ്മാവ് അഗ്രം കണ്ടെത്താനുള്ള ശ്രമത്തിൽ ആകാശത്തേക്കും കുതിച്ചു.

എന്നാൽ എത്ര ശ്രമിച്ചിട്ടും അനന്തമായി കാണപ്പെടുന്ന ആ ജ്യോതിർലിംഗത്തിന്റെ മഹിമ കണ്ട് വിഷ്ണു പരാജയം സമ്മതിച്ചു

തിരികെമടങ്ങി. എന്നാൽ ബ്രഹ്മാവ് തോൽവി സമ്മതിക്കാൻ തയ്യാറായില്ല. ഈ സമയം, ശിവന്റെ ശിരസ്സിൽ ചൂടിയ ഒരു താഴമ്പൂ താഴേക്കു വരുന്നുണ്ടായിരുന്നു. ബ്രഹ്മാവ് ആ താഴമ്പൂവിനെ കള്ള സാക്ഷി പറയാൻ കൂട്ടുപിടിച്ചു. ബ്രഹ്മാവും താഴമ്പൂവും താഴേക്കു വന്നു. വിഷ്ണുവും അവർക്കു മുന്നിലെത്തി. വിഷ്ണു പരാജയം സമ്മതിച്ചതായി പറഞ്ഞു. ബ്രഹ്മാവ് ജ്യോതിർലിംഗത്തിന്റെ മറുഭാഗം കണ്ടതായി അറിയിച്ചു. താഴമ്പൂ അതിനു കള്ളസാക്ഷ്യം പറഞ്ഞു. ഈ പറയുന്നതു കേട്ടു ഉഗ്രകോപത്തോടെ ശിവൻ ബ്രഹ്മാവിന്റെ അഞ്ചാമത്തെ തല നുള്ളിക്കളഞ്ഞു. ബ്രഹ്മാവിന് ഇനിമുതൽ ആദരവ് ലഭിക്കില്ല എന്നും ശപിച്ചു. താഴമ്പൂവിനെ പൂജയ്ക്ക് എടുക്കാതായതും അങ്ങനെയാണ്. അതേസമയം, വിഷ്ണുവിന്റെ സത്യസന്ധത കണ്ട്, ഇനിമുതൽ ശിവനോടൊപ്പം വിഷ്ണുവും തുല്യമായി ആരാധിക്കപ്പെടുമെന്ന വരം നൽകി അനുഗ്രഹിച്ചു.

ജ്യോതിർലിംഗം

സൃഷ്ടിയുടെ കാതലായ, പരമമായ രൂപരഹിതമായ (നിർഗുണ) യാഥാർത്ഥ്യത്തെ പ്രതിനിധീകരിക്കുന്ന ചിഹ്നമാണ് ജ്യോതിർലിംഗം. അതിൽ നിന്ന് ശിവന്റെ രൂപം (സഗുണ) പ്രത്യക്ഷപ്പെടുന്നു. ജ്യോതിർലിംഗ ക്ഷേത്രങ്ങൾ അപ്രകാരം ശിവൻ ഒരു അഗ്നിജ്വാലയായി പ്രത്യക്ഷപ്പെട്ട സ്ഥലങ്ങളാണ്. പന്ത്രണ്ട് ജ്യോതിർലിംഗ ക്ഷേത്രങ്ങളാണു ഭാരതത്തിലുള്ളത്.

ചരിത്രം: പുരാതന, ക്ലാസിക്കൽ കാലഘട്ടങ്ങൾ

സ്കന്ദപുരാണത്തിൽ 'കാശി ഖണ്ഡ' എന്ന പേരിൽ ഒരു ഭാഗം അടങ്ങിയിരിക്കുന്നു, അതേസമയം ബ്രഹ്മവൈവർത്ത പുരാണത്തിൽ 'കാശി രഹസ്യം' എന്നറിയപ്പെടുന്ന ഒരു ഭാഗം ഉൾപ്പെടുന്നു, ഇവ രണ്ടും വാരണാസി നഗരവുമായി ബന്ധപ്പെട്ടതാണ്.

കാശിഖണ്ഡ പ്രകാരം, ആകെ 1099 ക്ഷേത്രങ്ങളുണ്ടായിരുന്നു, അതിൽ 513 എണ്ണം ശിവാരാധനയ്ക്കായി പ്രത്യേകം സമർപ്പിച്ചിരിക്കുന്നു. വിശ്വനാഥ ക്ഷേത്രം മുമ്പ് മോക്ഷലക്ഷ്മി വിലാസം എന്നറിയപ്പെട്ടിരുന്നതായി ഗ്രന്ഥം പറയുന്നു. ക്ഷേത്രത്തിൽ ആകെ അഞ്ച് മണ്ഡപങ്ങൾ ഉണ്ടായിരുന്നു. വിശ്വനാഥന്റെ ലിംഗം ഗർഭഗൃഹത്തിലാണ് സ്ഥിതി ചെയ്യുന്നത്. ബാക്കിയുള്ള നാല് മണ്ഡപങ്ങളിൽ കിഴക്ക് സ്ഥിതി ചെയ്യുന്ന ജ്ഞാനമണ്ഡപം, പടിഞ്ഞാറ് സ്ഥിതി ചെയ്യുന്ന രംഗമണ്ഡപം, വടക്ക് സ്ഥിതിചെയ്യുന്ന ഐശ്വര്യ മണ്ഡപം,

തെക്ക് സ്ഥിതി ചെയ്യുന്ന മുക്തി മണ്ഡപം എന്നിവ ഉൾപ്പെടുന്നു.

മധ്യകാലഘട്ടവും നാശവും

ആദ്യം ആദി വിശ്വേശ്വര ക്ഷേത്രം എന്നറിയപ്പെട്ടിരുന്ന യഥാർത്ഥ വിശ്വനാഥ ക്ഷേത്രം 1194-ൽ ഗുരിദുകൾ നശിപ്പിച്ചു, മുയിസ് അൽ -ദിൻ മുഹമ്മദ് ഇബ്ൻസാം ഇന്ത്യയിൽ തിരിച്ചെത്തുകയും ചന്ദവാറിനടുത്ത് കനൗജിലെ ജയചന്ദ്രനെ പരാജയപ്പെടുത്തുകയും തുടർന്ന് കാശി നഗരം നശിപ്പിക്കുകയും ചെയ്തു. ഏതാനും വർഷങ്ങൾക്കുള്ളിൽ, റസിയ മസ്ജിദ് അതിന്റെ സ്ഥാനത്ത് നിർമ്മിക്കപ്പെട്ടു. 1230-ൽ, ഡൽഹിയിലെ സുൽത്താൻ ഇൽത്തുമിഷിന്റെ (12111-1266) ഭരണകാലത്ത്, പ്രധാനസ്ഥലത്തുനിന്നും അകലെ അവിമുക്തേശ്വര ക്ഷേത്രത്തിന് സമീപം ക്ഷേത്രം പുനർനിർമിച്ചു. ഹുസൈൻ ഷാ ഷാർഖിയുടെ (1447-1447) ഭരണകാലത്ത് ഇത് തകർക്കപ്പെട്ടു.

മുഗൾ കാലഘട്ടം

മുഗൾ ചക്രവർത്തിയായ അക്ബറിന്റെ ഭരണകാലത്ത് രാജാ മാൻ സിംഗ് ക്ഷേത്രം നിർമ്മിച്ചു. രാജാ തോഡർ മാൽ 1585-ൽ ക്ഷേത്രം പുനർനിർമ്മിച്ചു, എന്നാൽ അദ്ദേഹത്തിന്റെ മകൾ ഇസ്ലാമിക ഭരണാധികാരികളുമായി വിവാഹിതയായതിനാൽ യാഥാസ്ഥിതിക ബ്രാഹ്മണർ ക്ഷേത്രം ബഹിഷ്കരിക്കാൻ തീരുമാനിച്ചു. പതിനേഴാം നൂറ്റാണ്ടിൽ ജഹാംഗീറിന്റെ ഭരണകാലത്ത് വീർ സിംഗ് ദിയോ ക്ഷേത്രത്തിന്റെ നിർമ്മാണം പൂർത്തിയാക്കി. എന്നാൽ 1669-ൽ മുഗൾ ചക്രവർത്തി ഔറംഗസേബ് ക്ഷേത്രം നശിപ്പിക്കുകയും അതിന്റെ സ്ഥാനത്ത് ജ്ഞാനവാപി മസ്ജിദ് നിർമ്മിക്കുകയും ചെയ്തു. പഴയ ക്ഷേത്രത്തിന്റെ അവശിഷ്ടങ്ങൾ മസ്ജിദിന്റെ അടിത്തറയിലും തൂണുകളിലും പിൻഭാഗത്തും കാണാം.

മറാത്ത, ബ്രിട്ടീഷ് കാലഘട്ടം

1742-ൽ മറാത്ത ഭരണാധികാരിയായ മൽഹാർ റാവു ഹോൾക്കർ മസ്ജിദ് പൊളിച്ച് ആ സ്ഥലത്ത് വിശ്വേശ്വര ക്ഷേത്രം പുനർനിർമിക്കാൻ പദ്ധതിയിട്ടു. എന്നിരുന്നാലും, അദ്ദേഹത്തിന്റെ പദ്ധതി യാഥാർത്ഥ്യമായില്ല. 1750-ൽ, ജയ്പൂർ മഹാരാജാവ് സ്ഥലത്തിന് ചുറ്റുമുള്ള ഭൂമിയുടെ ഒരു സർവേയ്ക്ക് ചുമതലപ്പെടുത്തി. കാശി വിശ്വനാഥ ക്ഷേത്രം പുനർനിർമിക്കുന്നതിനുള്ള സ്ഥലം കണ്ടെത്താനായിരുന്നു അത്. അതും വിജയിച്ചില്ല. 1785-ൽ ഗവർണർ ജനറൽ വാറൻ ഹേസ്റ്റിംഗ്സിന്റെ നിർദ്ദേശപ്രകാരം കളക്ടർ മുഹമ്മദ്

ഇബ്രാഹിം ക്ഷേത്രത്തിന് മുന്നിൽ ഒരു നൗബത്ഖാന നിർമ്മിച്ചു. 1828-ൽ ഗ്വാളിയോറിലെ മറാഠാ ഭരണാധികാരി ദൗലത്ത് റാവു സിന്ധ്യയുടെ വിധവയായ ബൈസാ ബായി ഗ്യാൻ വാപി പരിസരത്ത് 40-ലധികം തൂണുകളുള്ള താഴ്ന്ന മേൽക്കൂരയുള്ള ഒരു കോളനഡ് നിർമ്മിച്ചു. 1833-1840 കാലഘട്ടത്തിൽ, ഗ്യാൻവാപി കിണ്ണറിന്റെ അതിർത്തിയിൽ, ഘാട്ടുകളും സമീപത്തുള്ള മറ്റ് ക്ഷേത്രങ്ങളും നിർമിക്കപ്പെട്ടു. ഇന്ത്യൻ ഉപഭൂഖണ്ഡത്തിലെ വിവിധ പൂർവ്വിക രാജ്യങ്ങളിൽ നിന്നുള്ള നിരവധി സമ്പന്നകുടുംബങ്ങളും അവരുടെ സ്ഥാപനങ്ങളും ക്ഷേത്രത്തിന്റെ പ്രവർത്തനങ്ങൾക്ക് ഉദാരമായ സംഭാവനകൾ നൽകി.

1835-ൽ, സിഖ് സാമ്രാജ്യത്തിലെ മഹാരാജ രഞ്ജിത് സിംഗ്, അദ്ദേഹത്തിന്റെ ഭാര്യ മഹാറാണി ദാതാർ കൗറിന്റെ നിർദ്ദേശപ്രകാരം, ക്ഷേത്രത്തിന്റെ താഴികക്കുടം പൂശുന്നതിനായി 1 ടൺ സ്വർണ്ണം സംഭാവന ചെയ്തു. 1841-ൽ നാഗ്പൂരിലെ രഘുജി ഭോൻസ്ലെ മൂന്നാമൻ ക്ഷേത്രത്തിന് വെള്ളി സംഭാവന നൽകി. ക്ഷേത്രം നടത്തിപ്പുകാരിൽ മഹന്ത് ദേവി ദത്തിന്റെ മരണശേഷം അദ്ദേഹത്തിന്റെ പിൻഗാമികൾക്കിടയിൽ തർക്കം ഉടലെടുത്തു. 1900-ൽ, അദ്ദേഹത്തിന്റെ ഭാര്യാസഹോദരൻ പണ്ഡിറ്റ് വിശേശ്വർ ദയാൽ തിവാരി ഒരു കേസ് ഫയൽ ചെയ്തു, ഒടുവിൽ അദ്ദേഹം മുഖ്യപുരോഹിതനായി പ്രഖ്യാപിക്കപ്പെട്ടു.

സ്വാതന്ത്ര്യാനന്തരം

1992 ഡിസംബറിൽ ബാബറി മസ്ജിദ് തകർത്തതിനെത്തുടർന്ന് തർക്കത്തിലുള്ള ഗ്യാൻവാപി മസ്ജിദിന്റെ പടിഞ്ഞാറ് ഭാഗത്തുള്ള മാ ശൃംഗാർ ഗൗരി ക്ഷേത്രത്തിലെ പൂജ നിയന്ത്രിച്ചു. 2021 ഓഗസ്റ്റിൽ, മാ ശൃംഗർ ഗൗരി ക്ഷേത്രത്തിൽ പ്രാർത്ഥിക്കാൻ അനുവദിക്കണമെന്നാവശ്യപ്പെട്ട് അഞ്ച് ഹിന്ദു സ്ത്രീകൾ വാരണാസിയിലെ പ്രാദേശിക കോടതിയിൽ അപേക്ഷ നൽകി.

ക്ഷേത്രത്തിനും ഗംഗാ നദിക്കുമിടയിലുള്ള യാത്ര ലളിതമാക്കുന്നതിനും തിരക്ക് തടയാൻ കൂടുതൽ ഇടം സൃഷ്ടിക്കുന്നതിനുമായി 2019-ൽ പ്രധാനമന്ത്രി ശ്രീ. നരേന്ദ്ര മോദി കാശി വിശ്വനാഥ് ഇടനാഴി പദ്ധതി ആരംഭിച്ചു. 2021 ഡിസംബർ 13-ന്, പവിത്രമായ ചടങ്ങോടെയാണ് മോദി ഈ ഇടനാഴി ഉദ്ഘാടനം ചെയ്തത്. ഇടനാഴിയുടെ പരിധിയിലുള്ള 1,400 ഓളം താമസക്കാരെയും ബിസിനസുകാരെയും മറ്റൊരിടത്തേക്ക് മാറ്റിപ്പാർപ്പിക്കുകയും നഷ്ടപരിഹാരം

നൽകുകയും ചെയ്തതായി സർക്കാരിന്റെ പത്രക്കുറിപ്പിൽ പറയുന്നു. ഗംഗേശ്വർ മഹാദേവ് ക്ഷേത്രം, മനോകാമേശ്വർ മഹാദേവ് ക്ഷേത്രം, ജൗവിനായക് ക്ഷേത്രം, ശ്രീകുംഭ മഹാദേവ ക്ഷേത്രം എന്നിവ യുൾപ്പെടെ 40-ലധികം നശിച്ചുപോയതും നൂറ്റാണ്ടുകൾ പഴക്കമു ള്ളതുമായ ക്ഷേത്രങ്ങൾ കണ്ടെത്തി പുനർനിർമ്മിച്ചതായും അതിൽ പറയുന്നു. 2022 ഫെബ്രുവരിയിൽ, ദക്ഷിണേന്ത്യയിൽ നിന്നുമൊ രാൾ ക്ഷേത്രത്തിന് 60 കിലോ സ്വർണ്ണം സംഭാവന ചെയ്തതിനെ ത്തുടർന്ന് ക്ഷേത്രത്തിന്റെ ശ്രീകോവിൽ സ്വർണ്ണം പൂശി.

ക്ഷേത്രഘടന

ക്ഷേത്ര സമുച്ചയത്തിൽ നദിക്കടുത്തുള്ള വിശ്വനാഥ ഗലി എന്ന ചെറിയ പാതയിൽ ചെറിയ ആരാധനാലയങ്ങളുടെ ഒരു ശൃംഗല തന്നെയുണ്ട്. ശ്രീകോവിലിലെ പ്രധാന പ്രതിഷ്ഠയുടെ ലിംഗത്തിന് 60 സെന്റീമീറ്റർ (24 ഇഞ്ച്) ഉയരവും 90 സെന്റീമീറ്റർ (35 ഇഞ്ച്) ചുറ്റ ളവുമുണ്ട്, ഒരു വെള്ളി ബലിപീഠത്തിൽ സ്ഥാപിച്ചിരിക്കുന്നു. പ്രധാന ക്ഷേത്രം ഒരു ചതുർഭുജമാണ്, അതിനുചുറ്റും മറ്റ് ദൈവങ്ങളുടെ ആരാധനാലയങ്ങളുണ്ട്. കാലഭൈരവൻ, കാർത്തികേയൻ, അവിമു ക്തേശ്വരൻ, വിഷ്ണു, ഗണേശൻ, ശനി, ശിവൻ, പാർവതി എന്നിവർ ക്കുള്ള ചെറിയ ക്ഷേത്രങ്ങൾ സമുച്ചയത്തിലുണ്ട്.

ക്ഷേത്രത്തിൽ ഗ്യാൻ വാപി എന്ന് വിളിക്കപ്പെടുന്ന ഒരു ചെറിയ കിണർ ഉണ്ട്, ഗ്യാൻ വാപി (ജ്ഞാന കിണർ) എന്നും അറിയപ്പെ ടുന്നു. പ്രധാന ക്ഷേത്രത്തിന്റെ വടക്ക് ഭാഗത്താണ് ജ്ഞാന വാപി കിണർ സ്ഥിതി ചെയ്യുന്നത്, മുഗളന്മാരുടെ ആക്രമണ സമയത്ത് ജ്യോതിർലിംഗത്തെ സംരക്ഷിക്കുന്ന ക്ഷേത്രത്തിലെ പ്രധാന പൂജാരി ലിംഗവുമായി കിണറ്റിൽ ചാടി ജ്യോതിർലിംഗത്തെ കിണ റ്റിൽ ഒളിപ്പിച്ചു വെച്ചതായി പറയപ്പെടുന്നു. 15.5 മീറ്റർ ഉയരമുള്ള സ്വർണ്ണ ശിഖരവും സ്വർണ്ണ താഴികക്കുടവുമാണ് ക്ഷേത്രത്തിന്റെ പ്രത്യേകത.

ആദിശങ്കരാചാര്യ, രാമകൃഷ്ണ പരമഹംസർ, സ്വാമി വിവേകാ നന്ദൻ, ബാമാഖ്യാപ, ഗോസ്വാമി തുളസീദാസ്, സ്വാമി ദയാനന്ദ സരസ്വതി, സത്യസായി ബാബ, യോഗിജി മഹാരാജ്, പ്രമുഖ് സ്വാമി മഹാരാജ്, മഹന്ത് സ്വാമി മഹാരാജ്, ഗുരുനാനാക്ക് എന്നിവരുൾ പ്പെടെ നിരവധി പ്രമുഖ സന്യാസിമാർ ഇവിടം സന്ദർശിച്ചിട്ടുണ്ട്. ക്ഷേത്രദർശനവും ഗംഗാനദിയിൽ സ്നാനം ചെയ്യുന്നതും മോക്ഷ ത്തിലേക്കുള്ള (മോചനം) പാതയിലേക്ക് ഒരാളെ നയിക്കുമെന്ന്

വിശ്വസിക്കപ്പെടുന്ന നിരവധി മാർഗങ്ങളിൽ ഒന്നാണ്.

അങ്ങനെ, ലോകമെമ്പാടുമുള്ള ഹിന്ദുക്കൾ അവരുടെ ജീവിതത്തിൽ ഒരിക്കലെങ്കിലും ഇവിടം സന്ദർശിക്കാൻ ശ്രമിക്കുന്നു. ക്ഷേത്രത്തിലെ തീർത്ഥാടനത്തിന് ശേഷം ഒരാൾ ഒരു ആഗ്രഹമെങ്കിലും ഉപേക്ഷിക്കണം എന്ന ഒരു പാരമ്പര്യവുമുണ്ട്, കൂടാതെ കാശി തീർത്ഥാടനത്തിൽ ദക്ഷിണേന്ത്യനിലെ തമിഴ്നാട്ടിലെ രാമേശ്വരത്തുള്ള ക്ഷേത്രം സന്ദർശിക്കുന്നതും ഉൾപ്പെടുന്നു, ഇവിടെ എത്തുന്നവർ ചെറിയ പാത്രങ്ങളിൽ ഗംഗാജലം ശേഖരിച്ചു മടങ്ങുന്നു. വിശ്വനാഥ ക്ഷേത്രത്തിൽ ദർശനം നടത്തിയ ശേഷം ഇവിടെ സ്വാഭാവികമായി മരിക്കുന്ന ആളുകളുടെ ചെവിയിൽ ശിവൻ തന്നെ രക്ഷയുടെ മന്ത്രമോതുന്നു എന്നൊരു വിശ്വാസമുണ്ട്.

താമസവും ഗതാഗതവും

ബനാറസിലേക്ക് വിമാനം, റെയിൽ, റോഡ്, ജലമാർഗം എന്നിങ്ങനെ പല മാർഗ്ഗങ്ങളിലൂടെ എത്തിച്ചേരാനാകും. നഗരത്തിൽ നിന്ന് ഏകദേശം 22 കിലോമീറ്റർ അകലെയാണ് അന്താരാഷ്ട്രവിമാനത്താവളം. നഗരത്തിൽ രണ്ട് റെയിൽവേ സ്റ്റേഷനുകളുണ്ട്, വാരണാസി കന്റോൺമെന്റ് സ്റ്റേഷനും, കാശി റെയിൽവേ സ്റ്റേഷനും. രണ്ട് ബസ് ടെർമിനലുകളും ഇവിടെയുണ്ട്. ഒന്ന് കാൻടിലും മറ്റൊന്ന് ഗോൾഗദ്ദയിലും, സാധാരണയായി കാശി ഡിപ്പോ എന്ന് വിളിക്കപ്പെടുന്നു.

ശ്രീ കാശി വിശ്വനാഥ ക്ഷേത്ര ട്രസ്റ്റ് നടത്തുന്ന ഗസ്റ്റ് ഹൗസ് ഉൾപ്പെടെ വിവിധ ധർമ്മശാലകൾ, പേയിംഗ് ഗസ്റ്റ് റൂമുകൾ, മറ്റ് ഹോട്ടലുകളും ലോഡ്ജുകളും ഇവിടെയുണ്ട്.

കാശി വാർദ്ധക്യത്തിൽ സന്ദർശിക്കേണ്ട ഇടമല്ല എന്നാണു നാം തിരിച്ചറിയേണ്ടത്. പൂർണ ആരോഗ്യത്തോടെയാണ് കാശി സന്ദർശിക്കേണ്ടത്. പൂർണ ബോധത്തിൽ കണ്ണുതുറന്നു കാഴ്ചകൾ കാണണം. ലോകത്തിലെ ഏറ്റവും സുന്ദര നഗരമായി കാശി മാറുന്ന കാഴ്ച കാണാം.

Photo by
Sneha Sivarajan
on Unsplash

മുത്തശ്ശിക്കഥകളിലെ മണ്ണാങ്കട്ടയും കരിയിലയും കാശിക്കു പോയ കഥയും കാശിയോളം ഇവിടുത്തെ മനുഷ്യർ സ്വീകരിച്ച താണ്. കാശിയാത്രയെ സംഭവബഹുലമായ ജീവിതത്തിന്റെ അന്ത്യയാമമായും കണക്കാക്കിയിരുന്നു. ചെറിയ ഭാണ്ഡക്കെട്ടു മായി, നെറ്റിയിൽ നീട്ടിയൊരു ഭസ്മക്കുറി വരച്ച് വീട്ടിൽ നിന്നും ഇറങ്ങിപ്പുറപ്പെട്ടാൽ അവരെ തടയുകയും പതിവുണ്ടായിരുന്നില്ല. അവർ തിരിച്ചു വരും എന്നൊരു പ്രതീക്ഷയും ആർക്കും ഉണ്ടാ യിരുന്നില്ല. ജീവിതത്തിന്റെ ഏറ്റവും വലിയ ദർശനം ആ യാത്ര യ്ക്കിറങ്ങുന്നവരിൽ രൂപപ്പെടുന്നുണ്ട്. അത്രകാലം ചുറ്റും നിന്നി രുന്നവരുടെ ഇടയിൽ നിന്നും പടിയിറങ്ങി പോകുന്നവരുടെ യഥാർത്ഥ മരണം ഒരു പിൻവിളി ഉയരാതിരിക്കുന്നിടത്ത് ആരം ഭിക്കുകയാണ്. അവർക്കു മുന്നിൽ ശേഷിക്കുന്ന നാളുകൾ മരണ ത്തിലേക്കുള്ള നടപ്പുദൂരം മാത്രമാണ്. പരമശിവന്റെ കണ്ടുപരിച യിച്ച പതിവ് രൗദ്രകോപ ഭാവങ്ങളിൽ നിന്നും വ്യത്യസ്തനായ, വിശ്വാസികളെ കരുണയോടെ കാത്തിരിക്കുന്ന, ആത്മാക്കളെ മോക്ഷത്തിലേക്ക് നയിക്കുന്ന പരമശിവനെ തേടിയുള്ള യാത്രയാണത്...

Photo by Parker Hilton on Unsplash

ശ്രീകാലഭൈരവാഷ്ടകം

ദേവരാജസേവ്യമാനപാവനാംഘ്രിപങ്കജം
വ്യാലയജ്ഞസൂത്രമിന്ദുശേഖരം കൃപാകരം.
നാരദാദിയോഗിവൃന്ദവന്ദിതം ദിഗംബരം
കാശികാപുരാധിനാഥകാലഭൈരവം ഭജേ. 1

ഭാനുകോടിഭാസ്വരം ഭവാബ്ധിതാരകം പരം
നീലകണ്ഠമീപ്സിതാർഥദായകം ത്രിലോചനം.
കാലകാലമംബുജാക്ഷമക്ഷശൂലമക്ഷരം
കാശികാപുരാധിനാഥകാലഭൈരവം ഭജേ 2

ശൂലടങ്കപാശദണ്ഡപാണിമാദികാരണം
ശ്യാമകായമാദിദേവമക്ഷരം നിരാമയം.
ഭീമവിക്രമം പ്രഭും വിചിത്രതാണ്ഡവപ്രിയം
കാശികാപുരാധിനാഥകാലഭൈരവം ഭജേ 3

ഭുക്തിമുക്തിദായകം പ്രശസ്തചാരുവിഗ്രഹം
ഭക്തവത്സലം സ്ഥിതം സമസ്തലോകവിഗ്രഹം .
വിനിക്വണന്മനോജ്ഞഹേമകിങ്കിണീലസത്കടിം
കാശികാപുരാധിനാഥകാലഭൈരവം ഭജേ 4

ധർമസേതുപാലകം ത്വധർമമാർഗനാശകം
കർമപാശമോചകം സുശർമദായകം വിഭും .
സ്വർണവർണശേഷപാശശോഭിതാംഗമണ്ഡലം
കാശികാപുരാധിനാഥകാലഭൈരവം ഭജേ 5

രത്നപാദുകാപ്രഭാഭിരാമപാദയുഗ്മകം
നിത്യമദ്വിതീയമിഷ്ടദൈവതം നിരഞ്ജനം .
മൃത്യുദർപനാശനം കരാലദംഷ്ട്രമോക്ഷദം
കാശികാപുരാധിനാഥകാലഭൈരവം ഭജേ 6

അട്ടഹാസഭിന്നപദ്മജാണ്ഡകോശസന്തതിം
ദൃഷ്ടിപാതനഷ്ടപാപജാലമുഗ്രശാസനം .
അഷ്ടസിദ്ധിദായകം കപാലമാലികാധരം
കാശികാപുരാധിനാഥകാലഭൈരവം ഭജേ 7

ഭൂതസംഘനായകം വിശാലകീർത്തിദായകം
കാശിവാസലോകപുണ്യപാപശോധകം വിഭും.
നീതിമാർഗകോവിദം പുരാതനം ജഗത്പതിം
കാശികാപുരാധിനാഥകാലഭൈരവം ഭജേ. 8

കാലഭൈരവാഷ്ടകം പഠന്തിയേ മനോഹരം
ജ്ഞാനമുക്തിസാധനം വിചിത്രപുണ്യവർധനം.
ശോകമോഹദൈന്യലോഭകോപതാപനാശനം
പ്രയാന്തി കാലഭൈരവാംഘ്രിസന്നിധിം നരാ ധ്രുവം.

ഇതി ശ്രീമത്പരമഹംസപരിവ്രാജകാചര്യസ്യ
ശ്രീഗോവിന്ദഭഗവത്പൂജ്യപാദശിഷ്യസ്യ
ശ്രീമച്ഛങ്കരഭഗവതഃ കൃതൗ
ശ്രീ കാലഭൈരവാഷ്ടകം സമ്പൂർണം.

അനുബന്ധ ഭാഗത്ത് ചേർത്തിരിക്കുന്ന വിവരങ്ങൾ വിവിധ ഗ്രന്ഥങ്ങളിൽ നിന്നും ഇന്റർനെറ്റിലെ വിവിധ സ്രോതസുകളിൽ നിന്നും ശേഖരിച്ചതാണ്. സ്ഥിതിവിവര കണക്കുകളിൽ മാറ്റമുണ്ടായേക്കാം.